LLUVIA

Lluvia dispersa en la ciudad un color de la niebla
Propaga uniforme sobre la hoja las gotas redondas, brillantes.
¿El cielo en Canarias ahora por qué parece Vietnam?
¿O la luna teje seda melancólica?
¿Tira equivocada el hilo que enreda el corazón del poeta?
Dios hace poema tirando las palabras en el viento
Para que regrese la memoria retentiva de los ríos.

MƯA

Mưa trải nhẹ trên phố một màu sương
Rải đều trên lá những giọt tròn long lanh
Trời Canarias bây giờ sao giống Việt nam?
Hay là trăng dệt tơ vương
Kéo nhầm sợi chỉ rối lòng thi nhân?
Trời làm thơ thả lời theo gió
Cho ta tìm về
Ký ức những dòng sông.

Lágrima cae el tiempo queda inerte
Las cuatro estaciones marchitas   siguen ausentes las lluvias
Jerusalén   mi tristeza pesa sobre mis hombros
Regresa mi invierno   los ríos verdes antaño
Desde los picos de la montaña sigo esperando
Los ríos verdes antaño

EL RÍO FANTASIOSO

Todas las realidades empiezan por una ilusión.
Antaño, hace dos mil años, los canarios traicionaron a sus reyes,
hijos de Dios, y por eso Santa Cruz de Tenerife --Jerusalén-- cayó
en la maldición de Dios.
Esta ciudad, a la que los ríos serenos no regresan desde hace dos mil
años. La gente piensa que Santa Cruz de Tenerife no tiene río. Pero
Aroma profundo descubrió que hay río alrededor de la ciudad, una
ciudad de pasado remoto.

Nước mắt rơi cho thời gian ngưng đọng
Bốn mùa khô héo cứ trôi qua mãi vắng bóng những cơn mưa
Giê ru sa lem nỗi buồn ta mang nặng trên đôi vai
Về đây đi mùa đông của ta, những dòng sông xanh ngày xưa
Từ trên những đỉnh núi mùa đông ta vẫn mong chờ
Những dòng sông xanh ngày xưa

DÒNG SÔNG HOANG TƯỞNG

Tất cả những hiện thực có được đều bắt đầu bằng một sự hoang
tưởng. Ngày xưa, câu chuyện lịch sử của hai ngàn năm về trước, dân
Canarias đã phản bội các vua của họ là các con của Thiên Chúa, nên
Santa Cruz de Tenerife, Giê ru sa lem, đã bị lời nguyền rủa của
Thiên Chúa.
Thành phố này, nơi đây những dòng sông êm đềm đã không bao giờ
quay trở lại trong suốt 2000 năm qua, và người ta đã tưởng rằng
Santa Cruz de Tenerife không có sông, nhưng Thúy Hương đã phát
hiện ra dấu tích của những dòng sông chảy quanh thành phố, thành
phố của một qúa khứ xa xôi.

El río en el paraíso Edén – parque Palmetum

Dòng sông trong thiên đường Eden - Công viên Palmetum

El río cruza en la rambla General Franco

Con sông chảy qua Rambla General Franco

El río que está cerca del parque José Segura Clavé

Con sông gần công viên José Segura Clave

El río cruza el barranco de los Santos

Con sông chảy ngang qua Barranco de los Santos

El río sin retorno

Dòng sông không trở lại

PREFACIO

EN LOS PICOS DE LA MONTAÑA DEL INVIERNO TE SIGO ESPERANDO

Osho es un autor de muchos libros que transmiten los pensamientos budistas, escribió: "El pasado ya no está, el futuro no ha llegado, sólo el presente es la existencia".
Pregunto que nuestro conocimiento no tiene el lugar para la ensoñación. ¿Dónde está la memoria retentiva errante en el viaje aventurero, en la memoria infinita y perdurable de la alegría y la esperanza?
¿Si no hay pasado nosotros seríamos quién?
Sigmund Freud dijo que nosotros somos la pequeñita arena en la mar del cielo y desierto. ¿Quién somos? ¿De dónde venimos? ¿Para qué venimos?
Memorizar tiene todavía el significado de recordar, es el pasado, es euforia y es dolor.
"Yo soy el Alfa y el Omega, el primero y el último, el principio y el fin".
De la palabra de Dios.

THAY LỜI TỰA

TRÊN NHỮNG ĐỈNH NÚI MÙA ĐÔNG ANH VẪN CHỜ ĐỢI EM

Osho là tác giả của nhiều cuốn sách truyền đạt về tư tưởng Phật giáo đã viết rằng: "Quá khứ đã qua đi, tương lai thì chưa đến, chỉ có hiện tại mới chính là sự hiện hữu".

Thử hỏi tri thức của chúng ta không có chỗ cho những mộng tưởng nữa rồi hay sao? Ở đâu rồi những hoài niệm phiêu du trong một cuộc hành trình phiêu lãng, trong những nỗi nhớ bất tận của những niềm vui và hoài vọng. Nếu không có qúa khứ thì chúng ta sẽ là ai đây? Sigmund Freud đã nói rằng chúng ta chỉ là những hạt cát rất nhỏ trong biển trời sa mạc. Ta là ai? Ta từ đâu đến? Ta đến đây để làm gì?

Hoài niệm còn có nghĩa là - nhớ, là qúa khứ, là hoan lạc và là niềm đau.

" Ta là An pha và Ô mê ga, là Đầu và là cuối, là Khởi Nguyên và Tận Cùng." Dẫn lời của Chúa.

EL SUEÑO PROFÉTICO

Aroma Profundo tuvo un sueño profético; al día siguiente, la magia
la llevó al parque Viera y Clavijo, donde había un castillo de piedra
negra, aunque se ha pintado de color amarillo. Entró Aroma
Profundo y caminando bajó un sendero, y descubrió una ciudad
subterránea de castillos de piedra negra bajo los edificios de Santa
Cruz de Tenerife.
Los españoles construyeron sus casas encima de la ciudad de Dios.
En la Biblia está escrito que Jesús Cristo lloraba su ciudad porque no
sólo matan, asesinan, roban, usurpan, sino que también construyen
una ciudad por encima de la ciudad de los castillos de Dios.

GIÁC MƠ TIÊN TRI

Thúy Hương đã có một giấc mơ tiên tri, ngày hôm sau, phép màu đã
dẫn Thúy Hương đến công viên Viera y Clavijo, nơi có một lâu đài
đá đen, mặc dù nó được sơn màu vàng. Thúy Hương bước vào và đi
xuống con đường, và khám phá ra một thành phố gồm những lâu đài
bằng đá đen nằm dưới những tòa nhà của Santa Cruz de Tenerife.
Người Tây Ban Nha đã xây nhà cửa lên trên thành phố của Chúa.
Kinh thánh viết rằng Chúa Giê-su đã thương tiếc thành phố của ngài vì họ
không chỉ giết, sát hại, trộm cắp, chiếm đoạt mà còn xây dựng một thành
phố bên trên thành phố của lâu đài của Đức Chúa.

SANTA CRUZ - LA CIUDAD TRISTE

En las calles ajadas donde paseo
La ciudad triste rasgo anterior destiñe el color de la hoja
Castillos --murallas con mil billones de años majestuosos y prodigiosos

En la sombra de noche bajo rocío borroso ando errante
La huella de pies de paraíso – el jardín real está esperando
¡Oh! Los años y meses como nubes volando
Vuelan hasta el cofín del cielo remoto
Alma, ¿dónde vas --dónde regresas? Rasgo de lágrima se convierte en
rocío borroso
Cogí estrellas amarillas bajo la luna para cantar
La canción de cuna despedida y esperanza la primavera vuelve conmigo
Oh! El invierno --invierno sigue, pasea en la vida
La ciudad triste – la ciudad aislada – ajada ¿quién se sabe?

SANTA CRUZ - THÀNH PHỐ BUỒN

Trên những con đường mòn mỏi những nơi ta đã đi qua
Thành phố buồn dấu xưa phai màu lá
Lâu đài thành quách vạn năm sừng sững điêu linh
Trong bóng đêm dưới sương mờ ta lang thang rảo bước
Dấu chân địa đàng vườn ngự uyển chờ mong
Ôi! năm tháng như mây bay bay tít tận chân trời mù khơi
Hồn đi đâu về đâu dấu lệ hóa sương mù
Ta rót sao vàng rơi dưới ánh trăng để hát
Lời ru tiễn biệt đợi chờ mùa xuân về bên ta
Ôi! mùa đông - mùa đông cứ đi qua mãi bên đời
Thành phố buồn thành phố điêu tàn có ai hay?

LA TUMBA DE JESÚS

La gente iba a la iglesia para ver a Dios, y las iglesias les enseñaron que
Dios está en el cielo. Además, dijeron que Jesús resucitó después de tres
días y luego desapareció para siempre y nadie lo vio, excepto santa María y
algunos apóstoles.
Aroma Profundo os enseñará a dónde tienen que ir para ver a Jesús Cristo.
En lo hondo del abismo, allí estaba Dios.
En un rincón del paraíso Edén, detrás del jardín Palmetum. Allí está la
tumba de Jesús.

Rocío lloraba en el sauce llorón los inviernos

Pregunta el tiempo ¿hasta cuándo me está esperando?

Que la flor copa de oro viva sigue templada como la nube

Aún no destiñe una castidad de color dorado

Como diamante brillante en todo el planeta

Esta tarde, la hija del sol le ha visitado.

MỘ CỦA CHÚA GIÊSU

Mọi người đến nhà thờ để gặp Chúa, và các nhà thờ dạy họ rằng Chúa ở trên trời. Ngoài ra, họ còn nói rằng Chúa Giêsu sống lại sau ba ngày và sau đó biến mất vĩnh viễn và không ai nhìn thấy Người, ngoại trừ đức mẹ Maria và một số tông đồ.

Thúy Hương sẽ chỉ cho bạn nơi để đến gặp Chúa Giê-su, đó là dưới đáy vực thẳm có Chúa.

Ở góc thiên đường của Eden, sau khu vườn Palmetum. Có ngôi mộ của Chúa Giêsu.

Sương rơi trên rặng liễu khóc mùa đông

Hỏi thời gian từ bao lâu người đã đợi ta?

Mà cúc hoa vàng vẫn diệu dàng như mây

Vẫn không phai một vàng trinh khiết

Như viên kim cương rực rỡ tỏa khắp hành tinh

Chiều nay con gái của mặt trời đã đến thăm người.

Mộ của Chúa Giê su. - La tumba de Jesús.

Nota:

En febrero, durante el carnaval del año 2017, Aroma Profundo tuvo un sueño profético, vio una inmensa ciudad remota de castillos de piedra negra y colores; en la ciudad está la calle Imeldo Serís, donde trabajó Aroma Profundo un par de años, y la calle del Castillo.

Despertó Aroma Profundo y, en la aurora, pasea directamente al parque Viera y Clavijo, en donde desde hacía veinte años nunca había entrado. Caminó subterráneamente hasta el parque marítimo y descubrió la ciudad subterránea e inmensa de los castillos de piedra negra. Fue Aroma directa al Palmetum, donde está la tumba de Jesús; subió y abrió la puerta que estaba cerrada con un hilo de hierro. Entró y quedó allí hasta la noche, leyendo el libro de la Biblia, y escribió un poema para Jesús y dibujó la tumba, la flor copa de oro y tres flores cresta de gallo.

Ghi chú:

Tháng 2, lễ hội hóa trang năm 2017, Thúy Hương có một giấc mơ
tiên tri, Thúy Hương nhìn thấy một thành phố xa xôi bao la với
những lâu đài đá đen và màu sắc, trong thành phố ở đường Imeldo
Serís, nơi Thúy Hương đã làm việc vài năm ở đường Castillo.Thúy
Hương thức dậy và trời đã rạng sáng, đi thẳng đến Công viên Viera
y Clavijo, nơi Thúy Hương chưa từng bước vào trong suốt 20 năm.
Đi bộ dưới lòng đất đến công viên Marítimo và thấy rằng có một
thành phố rộng lớn dưới lòng đất với những lâu đài đá đen.Thúy
Hương đi thẳng đến palmetum, nơi có ngôi mộ của Chúa Giê-xu,
Thúy Hương đi lên và mở cánh cửa được đóng bằng chỉ sắt.Thúy
Hương vào đó và ở lại đó cho đến đêm, đọc sách Kinh thánh và viết
một bài thơ cũng cho Chúa Giê-su, Thúy Hương đã vẽ ngôi mộ,
bông hoa cúp vàng, và ba bông hoa mào gà.

Detrás del Palmetum, frente al Recinto Ferial

Phía sau Palmetum, đối diện với Recinto Ferial

La flor copa del oro - Cúp hoa vàng

Fuego interminable - Lửa không tàn

LA PRIMITIVA ARQUITECTURA DE JERUSALÉN, SANTA CRUZ DE TENERIFE

Santiago Alemán Valls es autor del libro "La tradicional arquitectura de Canarias" y el Auditorio, donde dice que los antepasados de los canarios son los guanches, y por eso afirmó que la tradición de la arquitectura de Canarias era la choza y la casita de madera, e incluso las pequeñas cuevas. Aroma Profundo gastó 46 euros para comprar su libro y un montón de euros en libros de otros autores; todos ellos se equivocaron por igual.

Lo primero, Canarias es un reino y es la tierra prometida, en la que entró Josué y mató a los cinco reyes.
Lo segundo, Santa Cruz de Tenerife es Jerusalén antigua.
Lo tercero, la primitiva arquitectura de Tenerife es la arquitectura de los castillos de piedra negra, y también de ladrillo rojo con el betún negro en su superficie.
Lo extraño es que Santiago Alemán Valls nació el día 23 / 08 / 1952, y Aroma Profundo en 23 / 08 / 1969.

NỀN KIẾN TRÚC SƠ KHAI CỦA GIÊ RU SA LEM, SANTA CRUZ DE TENERIFE

Santiago Alemán Valls là tác giả của cuốn sách "Kiến trúc truyền thống của quần đảo Canarias" và thính phòng Auditorio, trong đó cuốn sách nói rằng tổ tiên của người Canarias là người Guanches, và đó là lý do tại sao ông khẳng định rằng truyền thống kiến trúc của quần đảo Canarias là một túp lều và nhà gỗ, và cả những hang động nhỏ. Thúy Hương đã bỏ ra 46 euro để mua sách của ông và rất nhiều euro để mua sách của các tác giả khác, tất cả đều sai như nhau.

Điều đầu tiên, quần đảo Canarias là một vương quốc và nó là miền đất hứa, mà Josué đã vào và giết chết năm vị vua. Thứ hai, Santa Cruz de Tenerife là Giê ru sa lem cổ đại. Thứ ba, kiến trúc nguyên thủy của Tenerife là kiến trúc của những tòa lâu đài bằng đá đen, và cả bằng gạch đỏ với lớp nhựa bê tun đen trên bề mặt.

Điều kỳ lạ là Santiago Alemán Valls sinh ngày 23/08/1952, còn Thúy Hương sinh ngày 23/08/1969.

Castillo San Juan con la corona de un rey.

Castillo San Juan với vương miện của một vị vua.

Castillo Viera y Clavijo

Tòa lâu đài Viera y Clavijo

El castillo Viera y Clavijo, afuera tiene el color amarillo, pero adentro es la piedra negra y ladrillo rojo.

Lâu đài Viera y Clavijo, bên ngoài có màu vàng, nhưng bên trong là đá đen và gạch đỏ.

El castillo – los Realejos

Tòa lâu đài - los Realejos

Barranco Santos

Thung lũng los Santos

JERUSALÉN ES SANTA CRUZ DE TENERIFE

La Biblia, ante todo, es un libro de historia en el que está escrita la verdad sobre el reino de Jesús Cristo.

Jerusalén no está en Israel actual, Israel actual es resultado de la intriga venenosa y de la manipulación política de los que usurpan con los imperialismos.
Hoy en día podemos ver cómo se cambian los nombres de las calles, en las ciudades, a cada instante.
En la Biblia está escrito claramente que Jerusalén forma parte del territorio de España, porque los españoles lo usurparon desde hace 2000 años, y cómo se despoja lo veréis en las muestras de los escritos siguientes de Aroma Profundo. También está en la tierra prometida de Canaán (Libro de Josué). Y con las muestras, no se podrá discutir de la primitiva arquitectura de Tenerife.
Libro Romanos. 15. 24: "Espero veros al pasar, cuando vaya a España y ser allá encaminado por vosotros después de haberme llenando primero un poco de vosotros. 27. Y los han querido así considerándose deudores suyos, ya que, si los gentiles comunican en los bienes espirituales de ellos, deben ellos serviles con los bienes materiales. 28. Una vez cumplido esto, cuando les entregue este fruto, pasando por vosotros, me encaminaré a España."
Libro 1. Macabeos. 8. 2- 3: "Le contaron de sus guerras y de las hazañas que habían realizado en Galacia, apoderándose de ella y sometiéndola a tributo; 3. Cuanto habían hecho en España, apoderándose de las minas de oro y plata que allí hay y adueñándose de todas la tierra y su prudencia y paciencia."

GIÊ RU SA LEM CHÍNH LÀ SANTA CRUZ DE TENERIFE

Kinh thánh trước hết nó là một cuốn sách sử ghi lại sự thật của vương quốc của Chúa Giê su.

Giê ru sa lem, vương quốc thủ đô thật của Chúa đã bị xóa tên và biến đổi. Nó không nằm ở Israel hiện nay, Israel hiện nay là kết qủa của âm mưu thâm độc của sự chuyên chở chính trị của các đế quốc chiếm đoạt. Ngày nay chúng ta thấy rõ, người ta đã thay tên đổi họ của các con đường, các thành phố trong từng ngày như thế nào.

Kinh thánh ghi rõ, Giê ru sa lem thuộc địa phận Tây Ban Nha vì đã bị người Tây Ban Nha chiếm đoạt cách đây 2000 năm, và chiếm đoạt như thế nào thì mọi người hãy xem những minh chứng tiếp theo trong những bài viết sau.

Cùng với những bằng chứng không thể chối cãi của nền kiến trúc sơ khai thì Giê ru sa lem chính là Santa Cruz de Tenerife.

Sách Rô-ma. 15. 24: "Khi nào sang Tây Ban Nha, tôi hy vọng trên đường đi sẽ ghé thăm anh em. 27. Bởi vì các dân ngoại đã được chia sẻ các phúc lộc thiêng liêng của dân thánh ở Giê ru sa lem, thì họ cũng có của cải vật chất mà giúp đỡ lại. 28. Vậy khi đã chính thức chuyển giao kết qủa cuộc lạc quyên, tôi sẽ ghé thăm anh em trên đường đi Tây Ban Nha."

Sách 1. Ma ca bê 8. 2-3. "Người ta cũng thuật lại cho ông Giu đa những cuộc giao tranh và những cuộc chiến công người Rô ma đã lập được giữa dân Ga lát, là dân họ đã chinh phục được và bắt phải triều cống. 3. Ông cũng đã nghe nói về tất cả những gì mà họ đã làm trong miền Tây Ban Nha để chiếm các mỏ vàng mỏ bạc ở đó."

Pirámide de Güimar - Kim tự tháp Güimar

Catillo San Juan y los edificios modernos.

Lâu đài San Juan và các tòa nhà hiện đại.

Detrás del hotel Escuela - Phía sau khách sạn Escuela.

La ciudad destrozada subterránea en toda Santa Cruz de Tenerife.

Thành phố ngầm đổ nát ở Santa Cruz de Tenerife.

En la Biblia está escrito que Jesús Cristo lloraba su ciudad porque no sólo matan, asesinan, roban, usurpan, sino que tambén construyen una ciudad por encima de la ciudad de los castillos de Dios.

Kinh thánh viết rằng Chúa Giê-su đã thương tiếc thành phố của ngài vì họ không chỉ giết, sát hại, trộm cắp, chiếm đoạt mà còn xây dựng một thành phố bên trên thành phố của lâu đài của Đức Chúa.

EL ORIGEN DE LOS CANARIOS:

Los usurpadores imperiales europeos afirmaron que los canarios vinieron
desde el norte de África, que sus antepasados eran los guanches, y algunos
de ellos son procedentes de europeos del norte, de Francia, de Grecia, con
los ojos azules y rubios. Incluso hicieron esculturas gigantes para indicar
que son Guanches. En realidad, los canarios son bajitos y morenos.
La Biblia afirma que el pueblo Canaán es el pueblo de Dios y es el pueblo
aborigen de Jerusalén. Que Abram, desde su país natal, "Ur de los caldeos",
se dirigió a la tierra Canaán, Canarias actual, y se quedó allí.
Este detalle aclara que Abraham es un inmigrante en Jerusalén, Canarias, y
no emigró a palestina actual, aunque los políticos europeos y las Iglesias
dijeron que Abram es israelí e emigró a Palestina actual.

En los mapas actuales podéis ver la tierra Canaán no existe ni en Israel, ni
en Palestina, ni en Irán.
Este afirma que los canarios son israelís aborigen, que no son los mismos
que los de Israel actual, que son la raza de Jacob; recordad que Jacob
cambió su nombre a Israel.

Libro Génesis. 11. 27- 31: "Estas son las generaciones de Teraj: Teraj
engendró a Abraham, Aram engendró a Lót, 28 y murió Aram antes que su
padre Teraj en su país natal, en Ur de los caldeos, 29 Tomaron Abram y
Najor mujer cada uno; el nombre de la de Abraham, Sarai y el de la
NAJOR, Melca, hija de Aram, el padre de Melca y de Jesca. 30 Era Sarai
estéril y no tenía hijos. 31. Tomó, pues, Teraj a Abram, su hijo; a Lot, el
hijo de Aram, hijo de su hijo, y a Sarai, su nuera, la mujer de su hijo Abram,
y los sacó de Ur Casdim para dirigirse a la tierra de Canaán, y llegados a
Jarán, se quedaron allí."
Génesis 12. 5. 6: "Tomó, pues, Abram a Sarai, su mujer, y de su familia y la
hacienda y adquirido, y salieron en dirección de la tierra Canaán, y
llegaron a ella. 6 penetró en ella Abram hasta el lugar de Siquem, hasta el
encinar de Moreh. *Entonces estaban los cananeos en la tierra.*"

NGUỒN GỐC CỦA NGƯỜI CANARIAS:

Những kẻ soán ngôi của đế quốc châu Âu tuyên bố rằng người Canarias đến từ Bắc Phi, tổ tiên của họ là người Guanches, và một số trong số họ đến từ Bắc Âu như Pháp, Hy Lạp, với đôi mắt xanh và tóc vàng. Họ thậm chí còn tạo ra những tác phẩm điêu khắc khổng lồ để chỉ ra rằng đó là những người Guanches.

Trong thực tế, người Canarias thấp và có nước da nâu.

Kinh thánh viết khẳng định rằng dân Canaan là dân của Chúa và là thổ dân của Giê ru sa lem. Áp-ra ham đã đến từ quê hương của ông " Ur de los caldeos ", đến đất Canaan là Canarias ngày nay và ở lại đó.

Chi tiết này nói rõ Áp-ra-ham là người nhập cư ở của Giê ru sa lem., quần đảo Canarias, ông không nhập cư vào Palestine ngày nay, thậm chí các chính trị gia và giáo hội châu Âu còn cho rằng Abraham là người Do Thái và nhập cư vào Palestine ngày nay.

Trong bản đồ hiện tại, bạn có thể thấy vùng đất Canaan không tồn tại ở Israel, Palestine hay Iran ngày nay.

Điều này khẳng định người Canarias là thổ dân Do Thái, không giống với Do Thái hiện tại là chủng tộc của Gia cóp, hãy nhớ rằng Gia cóp đã đổi tên thành Israel.

Sách Sáng thế 11. 27- 31: "Đây là các thế hệ của Teraj: Teraj sinh Abraham, Aram sinh Lót, 28 tuổi và Aram chết trước khi cha ông là Teraj tại quê hương của ông, tại Ur của người Chaldeans, 29 Abram và Najor mỗi người lấy một vợ; tên của Abraham, Sarai và NAJOR, Melca, con gái của Aram, cha của Melca và Jesca. 30 Sarai vô sinh và không có con. 31. Vì vậy, Terah đã lấy Abram con trai của mình; Lót, con trai của Aram, con trai ông, và Sarai, con dâu ông, vợ của con trai ông là Abram, và ông đã đưa họ ra khỏi Ur Casdim để đi đến xứ Canaan, và khi họ đến nơi. ở Haran, họ đã ở lại đó. "

Sáng Sáng thế 12. 5. 6: "Vậy, Áp ra ham lấy Sarai, vợ ông, gia đình và tài sản mà có được, rồi họ đi về hướng xứ Ca-na-an mà đến đó. 6 Áp-ram đã vào đến tận nơi của Si-chem, đến tận những cây sồi của Moreh. Khi đó những người Ca-na-an đang cư ngụ ở trong vùng đất này. "

Hình ảnh Guanche - La imagen de Guanche

Retrato de Juan Bautista, con los rasgos exactamente como los de los canarios aborígenes

Chân dung Juan Bautista, với các đặc điểm giống hệt như thổ dân Canarias.

Ảnh Thúy Hương - Aroma Profundo

EL ESTADIO HELIODRO – SANTA CRUZ DE TENERIFE

Antioco Epifanes impuso la cultura romana en Jerusalén, Santa Cruz de Tenerife.
1. Macabeos:

1. 1-3: "Alejandro, Hijo de Filipo, macedonio y el primero que reinó en Grecia, partiendo del país de Macedonia, venció a Darío, rey de los persas y los medos, y reinó en lugar suyo. 2. Luego de esto combatió muchas batallas, expugnó muchas fortalezas y dio muerte a reyes de la tierra. 3. Atravesándola hasta sus confines, se apoderó de los despojos de muchas naciones, y la tierra se le rindió. Su corazón se engrió y se llenó de orgullo.

1. 8-10: "Había reinado Alejandro doce años cuando lo arrebató la muerte. 9. En su lugar entraron a reinar sus generales, 10. Los cuales, en cuanto él murió, se ciñeron después de ellos durante muchos años, multiplicándose los males en la tierra.

1. 11- 16: "De ellos brotó aquella raíz de pecado Antíoco Epifanes, hijo del rey Antíoco, que estuvo en Roma como rehén y se apoderó del reino el año 137 de la era de los griegos. 12. Salieron de Israel por aquellos días hijos inicuos que persuadieron al pueblo diciéndole: "Ea, hagamos alianza con las naciones vecinas, pues desde que nos separamos de ellas nos han sobrevenido tantos males; 13. Y a muchos le parecieron bien semejantes discursos. 14 Algunos del pueblo se ofrecieron a ir al rey, el cual les dio facultad para seguir las instituciones de los gentiles. 15 En virtud de esto, levantaron en Jerusalén un gimnasio, conforme a los usos paganos; 16 se restituyeron los prepucios, abandonaron la alianza santa, haciendo causa común con los gentiles, y se vendieron al mal."

SÂN VẬN ĐỘNG HELIODRO - SANTA CRUZ DE TENERIFE

Antíoco Epifanes đã mang văn hóa La Mã đến Giê ru sa lem, đó là Santa Cruz de Tenerife:

1. Macabeos:

1. 1-3: "Alejandro, con trai của Philipo, người Macedonia và là người đầu tiên trị vì ở Hy Lạp, khởi hành từ đất nước Macedonia, đánh bại Daríos, vua của Ba Tư và Medes, và trị vì ở vị trí của ông. 2. Sau đó, ông đã chiến đấu nhiều trận, đánh bại nhiều pháo đài và giết các vị vua của trái đất. 3. Vượt qua giới hạn của nó, ông ta thu giữ chiến lợi phẩm của nhiều quốc gia, và đất đai đầu hàng anh ta. Trái tim ông sôi động và tràn đầy sự kiêu ngạo."

1. 8-10: "Alejandro đã trị vì mười hai năm khi cái chết ập đến với ông. 9. Tại nơi ông, các tướng của ông đã lên trị vì, 10. Kẻ nào, ngay khi ông chết, đã giương mình theo họ trong nhiều năm, làm nhân lên sự dữ trên thế gian.

1. 11-16: "Từ chúng đã nảy mầm gốc rễ tội lỗi Antíoco Epifanes, con trai của Vua Antíoco, người đang ở Rome làm con tin và chiếm lấy vương quốc vào năm 137 của thời đại người Hy Lạp. 12. Vào những ngày đó, những người con trai gian ác rời bỏ Y-sơ-ra-ên đã thuyết phục dân chúng bằng cách nói: "Nào, hãy liên minh với các nước láng giềng, vì từ khi chúng ta tách khỏi họ, rất nhiều điều xấu đã ập đến với chúng ta; 13. Và nhiều người thích những bài phát biểu như vậy. 14 Một số dân chúng đề nghị đi gặp vua, người đã ban quyền cho họ để họ tuân theo thể chế của dân ngoại. 15 Nhờ đó, họ xây dựng một phòng tập thể dục ở Giê-ru-sa-lem, theo phong tục ngoại giáo; 16 họ bỏ giao ước thánh, gây dựng chính nghĩa với dân ngoại, và bán mình cho điều ác. "

Estadio Heliodoro - Thao trường Heliodoro

Las noches de luna llena hacen recordar, no porque la luna es bella, luna
ensoñada que atrae, errante sobre las colinas y las montañas, sino que la
luna orgullosa pasea en mi vida junto con los retratos de óleo. La sombra
de la luna redonda ilumina un color de rocíos sugerentes. El día del color
de las flores y las hojas. La noche de la nada de los insectos. El agua
inversa del río arrastra la memoria regresando.

Những đêm trăng tròn làm nhớ, nhưng không phải vì trăng đẹp, trăng
mơ màng quyến rũ, lãng đãng trên những núi đồi, mà vì trăng kiêu sa
đi qua đời tôi cùng với những bức chân dung sơn dầu. Bóng trăng
tròn vành vạnh tỏa màu sương gợi mời, màu của ngày hoa lá, đêm hư
vô của muôn trùng. Nước ngược dòng sông cuốn dòng hồi tưởng
quay về.

LOVE STORY

¿Quién llora en la calle aislada

Para que agite mi corazón azul?

Lluvia cae, cae, no para, la hoja amarilla desteñida

El cielo parece soñar

Un sueño amoroso del ancestro de una dinastía de mil años.

LA FIESTA DE LOS PURIM – DÍA SAN VALENTIN – LA FIESTA DEL CARNAVAL

El rey Asuero, padre de Jesús y su madre era la reina Vasti que reinó desde la tierra la India hasta la Etiopía, sobre 127 provincias, y su trono real estaba en Susa..

Ester 1. 1ª – 1c : "El año segundo del reinado del gran Artajerjes, el primero de Nisán, tuvo un sueño Mardoqueo, hijo de Jair, hijo de Semeí, hijo de Quis, de la tribu de Benjamín, 2 judío, que moraba en la ciudad de Susa, varón ilustre, que servía en la corte del rey. 3 Era de los cautivos que Nabucodonosor, rey de Babilonia, había llevado en cautiverio de Jerusalén con Jeconías, rey de Judá.

GRAN FESTÍN DE ASUERO

Ester 1. 1- 5: "En tiempo de Asuero, el Asuero que reinó, desde la India hasta la Etiopía, sobre ciento veintisiete provincias. 2 mientras se sentaba sobre su trono real en Susa, la capital, 3 el año tercero de su reinado dio un festín a todos sus príncipes y servidores. Los comandantes del ejército de los persas y de los medos, los grandes y los jefes de las provincias, se reunieron en su presencia. 4 y él hizo muestras de la espléndida riqueza de su reino y de la brillante magnificencia de su grandeza durante muchos días, 5 durante ciento ochenta días. Pasados éstos, el rey dio a todo el pueblo de Susa, la

capital, desde el más grande hasta el más pequeño, un festín, que
duró siete días, en los jardines del palacio real.
Ester 1. 7- 9: "Servías el vino en vasos de oro de diversas
configuraciones, y se servía con real abundancia, gracias a la
generosidad del rey; pero a nadie se le obligaba a beber; 8 pues había
mandado el rey a todas las gentes de su casa que se hiciese conforme
a la voluntad de cada cual. 9 También la reina Vasti dio un festín a
las mujeres en el palacio real del rey Asuero.

HISTORIA DE LA REINA VASTI

Ester 1. 10 – 16; 1. 19: "El día séptimo, alegre por el vino el corazón
del rey, mandó éste a Mahuman, Bizta, Harbona, Bigta, Abagta,
Zetar y Carcas, los siete enucos que servían ante del rey Asuero, 11
que trajeran a su presencia a la reina Vasti, con su rela corona, para
mostrar a los pueblos y a los grandes su belleza, pues era de hermosa
figura; 12 pero la reina se negó a venir con los eunucos, y el rey se
irritó mucho y se encendió en cólera. 13 Preguntó entonces el rey a
los sabios conocedores del derecho, pues era éste de modo de tratar
los negocios ante los conocedores de las leyes y del derecho, 14 de
los cuales tenía junto a sí a Carsena, Setar, Admata, Tarsis, Meres,
Marsena y Memucan es los siete cautivos altos del puesto en su
reino. 15. Qué ley habría de aplicarse a la reina Vasti por no haber
hecho lo que el rey le había mandado por medio de los eunucos. 16.
Memucan respondió ante el rey y los cautivos: "No es sólo al rey a
quien ha ofendido la reina Vasti; es también a todos los cortesanos y
a todos los pueblos de todas las provincias del rey Asuero."
19 "Si al rey le parece bien, haga publicar e inscribir entre las leyes
de los persas y de los medos, con prohibición de traspasarlo, un real
decreto mandando que la reina Vasti no aparezca más delante del rey
Asuero, y dé el rey la dignidad de reina a otra que sea mejor que ella.

MARDOQUEO Y ESTER:

Ester 2. 1-4: "Después de esto, cuando ya se calmó la cólera del rey,
pensó en Vasti y en lo que ésta había hecho y en la decisión que
respecto de ella se había tomado. 2 Los servidores del rey le dijeron:
"Búsquense para el rey jóvenes vírgenes y bellas, 3 poniendo el rey

todas las provincias de su reino comisarios que hagan reunir todas las jóvenes vírgenes y de bella presencia en Susa, la capital en la casa de las mujeres, bajo la vigilancia de Hegue, eunuco del rey y guarde de las mujeres, que les dará lo necesario para ataviarse, 4 y que la joven que más agrade al rey sea la reina en ligar de Vasti". Aprobó el rey este parecer y se hizo así."

Ester 2. 5-7: "Había en Susa, la capital, un judío llamado Mardoqueo, hijo de Jair, hijo de Semei, hijo de Quis, el linaje de Benjamín. 6 que había sido deportado de Jerusalén entre los cautivos llevados con Jeconías, rey de Judá, por Nabucodonosor, rey de Babilonia, 7 y había criado a Hedisa, que es Ester, hija de su tío, pues no tenía padre ni madre.

Ester 2. 10-11: "Ester no dio a conocer ni su pueblo ni su nacimiento, pues Mardoqueo le había prohibido que lo declarase. 11 Todos los días iba y venía Mardoqueo al vestíbulo de la casa de las mujeres para saber cómo estaba Ester y cómo la trataban.

Ester 2. 17: "El rey amó a Ester más que a todas las otras mujeres, y halló ésta gracia y favor ante él más que ninguna otra de las jóvenes. Puso la corona real sobre su cabeza y la hizo reina en lugar de Vasti."

EL DECRETO DE EXTERMINIO:

1) El decreto contra a los judíos, los israelís actuales árabes de raza Jacob- los gitanos de Servilla:

Ester 3. 1: "Después de esto, el rey Asuero elevó al poder a Amán, hijo de Hamedata, agagita, ensalzándole y poniendo su silla sobre la de todos los príncipes que estaban con él."

Ester 3. 2: "Todos los servidores del rey que estaban a la puerta del palacio doblaban ante él, pues tal era la orden del rey; pero Mardoqueo no doblaba sus rodillas ni se prosternaba"

Ester 3. 8 – 10, 12: "Entonces dijo Amán a rey Asuero: "Hay e todas las provincias de tu reino un pueblo disperso y separado de todos los otros pueblos, que tienen leyes diferentes de las de todos los otros pueblos y no guarda las leyes del rey. No conviene a los intereses del rey dejarlo en paz. 9 Si al rey le parece bien, escríbase orden de exterminarlo y yo pesaré diez mil talentos de plata en manos de los superintendentes de la hacienda para que se ingresen en el tesoro real". 10 Entonces el rey se quitó de la mano su anillo y se entregó a Amán, hijo de Hamedata, agagita, enemigo de los judíos - de raza Jacob.

12 Fueron entonces llamados los secretarios del rey el día trece del mes primero, y se escribió todo lo que ordenaba Amán a los sátrapas del rey, a los gobernadores de todas las provincias y a los jefes de todos los pueblos, a cada provincia según su escritura y a cada pueblo según su lengua. Se escribió en nombre de rey Asuero y se sellaron las cartas con el anillo del rey."

Ester 15: "Los correos partieron apresuradamente, según la orden del rey. El edicto se publicó en Susa, la capital; y mientras el rey y Amán bebían, estaba la ciudad de Susa consternada."

2) Intervención de Mardoqueo y Ester:

Ester 7. 1- 2: "Fueron el rey y Amán al banquete a casa de Ester. 2 El segundo día dijo el rey a Ester otra vez durante el festín: "¿Cuál es tu petición reina Ester? Te será concedida. ¿Qué es lo que desea? Aunque fuera la mitad de mi reino, la tendrías"

Ester 8. 1- 2: "Aquel mismo día, el rey Asuero dio a Ester la casa de Amán, el enemigo de los judíos; y Mardoqueo fue presentado al rey, pues le había dado a conocer Ester el parentesco que a él le unía. 2 Quitóse el rey el anillo que había retirado a Amán y se lo dio a Mardoqueo en la casa de Amán. "

3) Venganza de los judíos- discreto contra a los judíos de Sevilla– Amán, acusado por Ester, es condenado a muerte:

Ester 9. 1- 5:
"Al duodécimo mes, que es el mes de Adar, el día trece del mes, el día en que había de cumplirse el edicto del rey y en que los enemigos de los judíos habían pensado dominarlos, fue lo contrario lo que sucedió, y los judíos dominaron a sus enemigos.

2 Reunieron los judíos dominaron en sus ciudades, en todas las provincias del rey Asuero, para poner la mano sobre todos aquellos que buscaban su perdición; y nadie pudo rsistirlo, porque el temor de

ellos se había apoderado de todos los pueblos. 3 Y todos los jefes de las provincias, los sátrapas, los gobernadores y los funcionarios del rey apoyaron a los judíos, por el temor que le inspiraba Mardoqueo, 4 pues era Mardoqueo poderoso en la casa del rey, y su fama se esparció por todas las provincias, porque se hacía de día en día más poderoso."
Ester 9. 14:
"El rey mandó que así se hiciera, y se publicó el edicto en Susa y diez hijos de Amán colgaron el cuello".

4) La fiesta de los "purim":

Ester 9. 20- 21:
"Mardoqueo escribió estas cosas a los judíos de todas las provincias del rey Asuero, cercanas y lejanas, 21 mandándoles celebrar todos los años el día catorce y el quince del mes de Adar."
Ester 9. 29- 30: "La reina Ester, hija de Abigail, y el judío Mardoqueo escribieron con instancia a los judíos por segunda vez para confirmar la carta acerca de los purim, 30 y se mandaron carta a todos los judíos, a las ciento veintisiete provincias del rey Asuero. Contenían palabras de paz y fidelidad, prescribiendo los días de purim al tiempo fijado."

5) La muerte de rey Asuero- fue asesinado y el discreto no fue contra sólo a los judíos

de Sevilla, sino expandió hasta a los aborígenes israelís, que son los canarios, los verdaderos champa que son vietnamita, familia de mi abuela, la reina Vasti, y a los aborígenes de EEUU:
Ester – suscripción:
"El año cuarto del reinado de Tolomeo y Cleopatra, Dositeo, que se decía sacerdote y levita, y Tolomeo, su hijo, trajeron la presente epístola sobre los purim, que dicen ser auténtica y haber sido traducida por Lisímaco el de Tolomeo, vecino de Jerusalén."

LOVE STORY

Ai khóc trên đường vắng
Cho lòng ta xanh xao
Mưa rơi mưa rơi mãi lá vàng phôi pha
Trời cứ ngỡ như chiêm bao
Một giấc mơ thiên tình cổ triều đại 1000 năm.

NGÀY PU RIM - NGÀY LỄ VALENTIN - LỄ CARNAVAL

Vua A suê rô, cha của Chúa Giê-su và mẹ là Nữ hoàng Vashti, người trị vì vùng đất Ấn Độ đến Ethiopia, trên 127 nước, và ngai vàng của ông là ở Susa.

Sách Ét te 1. 1ª – 1c "Năm thứ hai triều đại A suê rô, ngày mồng một tháng Ni xan, ông Moóc đo khai, con Gia a, thuộc chi tộc Ben Gia min, đã có một giấc chiêm bao. Ông là một người Do thái cư ngụ tại thành Su san, một nhân vật có thế giá, giữ một chức vụ trong hoàng cung. 1c Ông thuộc những người bị đi đày, bịvua Ba by lon là Na bu cô đô nô xo bắt rời khỏi Giê ru sa lem và phát lưu cùng với vua Giu đa là Giơ khon gia."

BỮA TIỆC CỦA VUA A SUÊ RÔ

Sách Ét te 1. 1- 5: "Bấy giờ là thời vua A suê rô. Vua này cai trị 127 miền từ Ấn độ cho đến E thi óp. 2 Thời ấy, vua A suê rô đã ngồi vững trên ngai tại thành Su san. 3 Năm thứ ba của triều đại, vua cho dọn tiệc thiết đãi tất cả các danh tướng và quần thần. Các tướng lãnh trong đạo binh Ba tư và Mê đi, các nhà quý tộc và các tổng đốc đều tề tựu lại trước mặt vua. 4 Vua muốn phô bày cho họ thấy cảnh giàu sang tráng lệ của vương quốc cũng như uy thế rực rỡ huy hoàng của nhà vua trong vòng nhiều ngày, tức một trăm tám mươi ngày.

5 Mãn thời gian ấy, vua lại cho dọn một bữa tiệc bảy ngày trong sân ngự uyển thuộc hoàng cung để thết đãi dân chúng từ lớn đến nhỏ đang ở trong thành Su san "

Ét te 1. 7- 9: "Người ta dùng các bình vàng đủ kiểu mời thực khách uống. Nhà vua cho tiếp rượu dồi dào xứng với cung cách của bậc đế vương. 8 nhưng lại ra lệnh không được ép ai, vì vua truyền cho các quản gia hoàng cung phải làm theo sở thích của mỗi người.

9 Hoàng hậu Vasti cũng cho dọn tiệc đãi các mệnh phụ trong hoàng cung của vua Asuê rô."

CÂU CHUYỆN CỦA HOÀNG HẬU VÁT TI

Ét te 1. 10 – 16; 1. 19: "Ngày thứ bảy, trong lúc rượu làm lòng vua vui sướng, vua truyền cho bảy viên thái giám phục vụ vua là các ông: Mơ hu man, Bít gơ tha, A vác tha, Dê tha và Cát cát, , 11 phải mời hoàng hậu Vát ti đội triều thiên hoàng hậu vào chầu vua, để dân chúng và các khanh tướng chiêm ngưỡng sắc đẹp của bà, vì bà là người có nhan sắc. 12 Nhưng hoàng hậu Vát ti từ chối không chịu đến theo lệnh vua chuyền đạt qua các viên thái giám. Vua rất tức giận, cơn giận của vua bừng bừng bốc lên. 13 Bấy giờ, vua ngỏ lời với các nhà hiền triết am tường luật pháp. Quả thật, vua thường trình bày các sự việc liên quan đến mình cho những người am tường luật pháp và công lý. 14 Nhóm nhân vật thân cận nhà vua gồm các ông các sơ na, Sê tha, Át ma tha, Tác sít, Me rét, Mác xơ na và Mơ mu khan là bảy quan chức cao cấp người Ba tư và Mê đi, những nhân vật thường được triều yết vua và chiếm địa vị cao nhất trong vương quốc. 15 Vua nói: "Theo luật phải xử thế nào với hoàng hậu Vát ti, vì bà đã không tuân hành lệnh vua chuyển đạt qua các viên thái giám? 16 Ông Mơ mu khan nói trước mặt vua và các quan chức: Hoàng hậu Vát ti đã đắc tội không những với nhà vua, mà còn với tất cả các quan trong hàng quần thần và toàn thể dân chúng ở trong mọi miền thuộc quyền đức vua.

1, 19 Vậy nếu đẹp lòng đức vua, thì xin đức vua ban sắc chỉ, ghi vào số các luật lệ dân Ba tư và Mê đi; sắc chỉ này không thể hủy bỏ được và nội dung như sau: từ nay, bà Vát ti không còn được vào chầu vua A suê rô nữa. Xin đức vua ban chức hoàng hậu của bà cho một người khác xứng đáng hơn."

MOÓC ĐÔ KHAI VÀ ÉT TE:

Ét te 2. 1-4: "Sau những biến cố đó, khi cơn giận đã dịu xuống, Vua A suê rô lại nhớ đến bà Vát ti, nhớ đến những gì bà đã làm và những quyết định của vua đối với bà. 2 Các quan hầu cận vua mới nói. "Phải kiếm cho đức vua những thiếu nữ còn trinh và có nhan sắc. 3 Xin đức vua bổ nhiệm các tổng đốc trong mọi miền thuộc vương quốc để tập hợp về thành Su san tất cả các thiếu nữ còn trinh và có nhan sắc, rồi đem vào hậu cung, đặt dưới quyền viên thái giám của vua là Hê ghe, người có nhiệm vụ trông nom phụ nữ. Phải cung cấp cho họ các mỹ phẩm. 4 Thiếu nữ nào được vua yêu thích sẽ làm hoàng hậu thay thế bà Vát ti" Lời đề nghị đó vừa ý vua, và vua đã cho thi hành như vậy."

Ét te2. 5-7: "Trong thành Su san, có một người Do thái tên là Moc đô khai, con ông Gia ia, thuộc chi tộc Ben gia min. 6 Từ Giê ru sa lem, ông đã bị đi đày trong số những người bị đi đày cùng với vua Giu đa là Giơ khon gia, những người mà vua Ba by lon là Na bu cô đô nô xô đã phát lưu. 7 Ông nuôi nấng dạy dỗ Ha đát xa, tức là Ét te, con gái của người chú ông, vì cô ta mồ côi cả cha lẫn mẹ. Thiếu nữ dung mạo xinh đẹp và dễ coi. Sau khi cha mẹ cô qua đời. Ông Moóc đô khai đã nhận cô làm con."

Ét te 2. 10-11: "Cô Ét te không tiết lộ gì về dân tộc , nguồn gốc của mình, vì ông Moóc đô khai cấm cô không được tiết lộ. 11 Mỗi ngày, ông Moóc đô khai lui tới sân hậu cung để biết tin về sức khỏe của cô Ét te và về những gì xảy ra cho cô."

Ét te 2. 17: "Vua yêu qúi cô hơn mọi phụ nữ khác. Cô được vua mến thương và ưu ái hơn mọi trinh nữ. Vì thế vua đội triều thiên cho cô và tôn làm hoàng hậu thay thế bà Vát ti."

SẮC CHỈ CHU DI NGƯỜI DO THÁI:

1) Sắc lệnh chống lại người Do Thái, người Israel hiện tại, người Ả Rập thuộc chủng tộc Gia cop- người Gitanos của Servilla:

Ét te 3.1: "Sau biến cố đó, vua A suê rô thăng chức cho ông Han man, con ông Hăm mơ đa tha, người Agác. Vua cất nhắc ông lên, đặt ông đứng đầu mọi khanh tướng hầu cận vua."

Ét te3. 2: "Quần thần nhất nhất đều cúi chào, bái lạy ông Haman, vì vua đã truyền như thế. Nhưng ông Moóc đô khai đã chẳng cúi chào, cũng không bái lạy."

Ét te 3. 8 - 10, 12: "Bấy giờ, Haman nói với Vua A suê rô:" Trong tất cả các tỉnh của vương quốc vua, có một dân tộc sống rải rác và tách biệt khỏi mọi dân tộc khác, những người có luật pháp khác với mọi dân tộc khác và không tuân giữ luật của nhà vua. Quyền lợi của nhà vua không cho phép để chúng yên như vậy. 9 Nếu đẹp lòng đức vua thì xin đức vua cho viết sắc lệnh tru di, chúng Thần xin cân ba trăm ngàn ký bạc trao cho công chức đem vào kho bạc của đức vua. 10 Sau đó, nhà vua lấy chiếc nhẫn của mình ra khỏi tay và trao nó cho Ha man, con trai của Ham mơ đa tha, một người A gác, kẻ thù của người Do Thái .

12 Ngày mười ba tháng thứ nhất, các ký lục của vua được triệu đến. Trên sắc lệnh có ghi tất cả những gì ông Ha man đã chỉ thị để gửi đến các thủ hiến của nhà vua, các tổng đốc coi từng mỗi miền và các quan chức coi từng sắc dân, miền nào theo chữ viết của miền ấy. Sắc lệnh được soạn thảo nhân danh A suê rô và niêm phong bằng bửu ấn của nhà vua. "

Ét te 15: "Những người đưa thư vội vã rời đi, theo lệnh của nhà vua. Sắc lệnh được công bố tại thủ đô Su san; và trong khi nhà vua cùng các quan Ha man chè chén say sưa, cả thành phố Su san đều xôn xao náo động. "

2) Ông Moóc đô khai và hoàng hậu Ét te đẩy lui hiểm họa:

Ét te 7. 1- 2: "Vua và Ha man đến dự yến tiệc với hoàng hậu Ét te: "Hoàng hậu Ét te, khanh thỉnh cầu gì, ta sẽ ban cho khanh, khanh xin gì dú nửa bước, ta cũng sẽ ban cho""

Ester 8. 1- 2: "Hôm ấy vua A suê rô ban cho hoàng hậu Ét te tài sản của Ha man, cừu địch của người Do Thái, ông Moóc đô khai vào chầu vua, vì bà Ét te đã cho vua biết ông là họ hàng làm sao của bà. 2 Chiếc bửu ấn đã lấy lại của Haman, vua rút ra trao cho Moóc đô khai, còn bà Ét te thì đặt ông coi sóc tài sản của Ha man."

3) Sự trả thù của người Do Thái - một sắc chỉ chống lại người Do Thái ở Sevilla - Ha man, bị Ét te buộc tội, bị kết án tử hình:

Ét te 9. 1- 5:

"Ngày mười ba tháng thứ mười hai, tức là tháng A đa, mệnh lệnh và chỉ dụ của vua đến lúc phải thi hành. Trong ngày kẻ thù của người Do Thái mong thắng được họ. 2 người Do Thái tập hợp quanh các thành của họ, trong mọi miền thuộc quyền vua A suê rô, để tra tay hại những kẻ mưu hại họ. Không ai dám đương đầu với họ, vì các dân đều khiếp sợ người Do Thái. 3 Mọi quan chức các miền, mọi tổng đốc và công chức nhà vua đều yểm trợ người" Do thái vì rất sợ ông Moóc đô khai. 4 Quả thế, ông Moóc đô khai là nhân vật có thế lực trong hoàng cung và danh tiếng của ông lan ra khắp mọi miền. Quả thế, uy tín của ông Moóc đô khai càng ngày càng lớn"

4) Ngày Pu rim:

Ét te 9. 20- 21: "20 Ông Moóc đô khai ghi chép các sự việc đó và gửi thư cho mọi người Do thái trong khắp các miền thuộc quyền vua A suê rô, kẻ ở gần cũng như ở xa. 21 Ông truyền cho họ hàng năm cho họ hàng năm phải biến ngày mười bốn và ngày mười lăm tháng A đa."

Ét te 9. 29- 30: "29 Hoàng hậu Ét te, ái nữ củaông A vi kha gin và ông Moóc đô khai người Do thái, lấy tất cả các uy tín của mình mà viết các văn tự phê chuẩn văn thư thứ hai của lễ Pu rim. 30 Ông Moóc đô khai đã gửi các văn thư ấy đến tất cả mọi ngườiở Do Thái ở một trăm hai mươi bảy tỉnh trong vương quốc của vua A suê rô kèm theo những lời lẽ chân thành cầu chúc bình an."

5) Cái chết của Vua A suê rô - ông bị ám sát và sắc chỉ không chỉ chống lại người Do Thái từ Sevilla, nhưng mở rộng đến cả thổ dân Israel, đó là

những người Canarias, những người Champa thực sự là người Việt Nam, gia đình của bà tôi, Nữ hoàng Vát ti, và những thổ dân của Hoa Kỳ:

Ét ter - lời ghi chú về bản dịch Hy Lạp:

"Vào năm thứ tư dưới triều đại của Pơ tô lê mai và Cờ le o pat, ông Đô xi thê, tự xưng mình là tư tế và thầy Lê vi , cùng với con ông là Pơ tô lê mai, đã mang đến bức thư trên đây về lễ Pu rim. Các ông ấy nói: đây chính là bức thư đó, và người phiên dịch là ông Ly xi ma khô, con ông Pơ tô lê mai, cư dân thành Giê ru sa lem."

Love story

EL LUGAR EN QUE EJECUTARON A JESÚS ES LA PLAZA GENERAL GUTIÉRREZ MELLADO

Al principio trajeron a Jesús Cristo a la plaza Europa, luego le llevaron a la plaza General Gutiérrez Mellado; cerca de allí está Hacienda (los fariseos), al otro lado está el Juzgado, como se describió en la Biblia.
Donde cuelga la cruz de Jesús Cristo, abajo hay una mesa de piedra negra en la que está inscrita una frase: "la luz siempre es libre".

NƠI HỌ THỰC HIỆN XỬ TỬ CHÚA GIÊ SU LÀ PLAZA GENERAL GUTIÉRREZ MELLADO

Lúc đầu, họ đưa Chúa Giê-su đến Plaza Europa, sau đó họ đưa Ngài đến Plaza General Gutiérrez Mellado, gần đó có Hacienda (người Pharisêu), bên kia là Tòa án như được mô tả trong Kinh thánh.
Nơi cây thánh giá của Chúa Giêsu Kitô được treo, bên dưới có một bảng đá đen có khắc một câu: "ánh sáng luôn luôn tự do. - la luz siempre es libre"

El lugar donde ejecutan la muerte de Jesús -Nơi tử hình Chúa Giê su

Delante de la plaza General Gutiérrez Mellado
Trước quảng trường General Gutiérrez Mellado

La luna no es fría esta noche
y el sol en el pico de la montaña
se convierte en el invierno.

Trăng không lạnh đêm nay
và mặt trời trên đỉnh núi
hóa mùa đông

EL CEMENTERIO RAFAEL - LOS SOLDADOS DE DIOS

LA PERSPECTIVA

Flor amarilla, hoja cayendo, canta cuna del atardecer.
Extraña la huella de antiguos pies, alma ¿dónde va?
El otoño estación, lluvia otoñal cruza primavera.
La primavera ya pasó, entrañable el corazón, el verano reina.
El camino que regresa al antiguo país natal no está lejos.
La montaña y la colina resuenan el heroico himno.
Llenando el color de ojos reflejando estrellas azules.
El reino del cielo abre, que me trae al sueño prodigioso.

NGHĨA TRANG RAFAEL - NHỮNG CHIẾN SĨ CỦA CHÚA

VIỄN CẢNH

Hoa vàng lá rụng ru chiều.
Lạc loài dấu chân xưa hồn về đâu?
Thu mùa mưa ngâu sang xuân.
Xuân đã qua rồi vấn lòng hạ vương.
Đường về cố quốc không xa.
Núi đồi vang vọng oai hùng thánh ca.
Mang màu mắt biếc sao xanh.
Cõi trời mở rộng ta vào cơn mơ.

El cementerio Rafael.

Nghĩa trang Ra fa en.

Los egipcios robaron la cultura y el arte de los Canarias, judíos antiguos.
Aquí está la evidencia:

LA PRIMITIVA HISTORIA DE CANARIAS

Ezequiel 16. 1 – 34: "Fue me dirigida la palabra de Yavé, diciendo: 2 Hijo de hombre, echa en la cara a Jerusalén sus abominaciones, 3 y di: Esto dice el Señor, Yavé, a Jerusalén: Eres por tu tierra y por tu origen una cananea; tu padre, un amorreo; tu madre, una jetea; 4 a tu nacimiento, el día que naciste, nadie te cortó el agua para limpiarte, no fuiste frotada con sal ni fajada; 5 nadie hubo que pusiera en ti sus ojos para hacerte algo de esto, compadecido de ti, sino que con horror fuiste tirada al campo el día que naciste. 6 Pasé yo cerca de ti y te vi sucia en tu sangre, y estando tú en tu sangre, te dije: ¡vive!
7. Te hice crecer a decenas de millares, como la hierba del campo. Creciste y te hiciste grande, y llegaste a la flor de la juventud; te crecieron los pechos y salió el pelo, pero estaba desnuda y llena de vergüenza. 8 Pasé yo junto a ti y te miré. Era tu tiempo el tiempo del amor, y tendí sobre ti mi manto, cubrí tu desnudez, me llegué a ti con juramento e hice a lianza contigo, dice el Señor, Yavé, y fuiste mía. 9 Te lavé con agua, te quité de encima la sangre, te ungí con óleo, 10 te vestí de recamado, te calcé piel de tejón, te ceñí de lino fino y te cubrí de seda. 11 Te atavié con joyas, puse pulseras en tu brazo, y collares en tu cuello, 12 arillo en tus narices, zarcillos en tus orejas y espléndida diadema en tu cabeza. 13 Estabas adornada de oro y plata, vestida de lino y seda en recamado; comías flor de harina de trigo, miel y aceite; te hiciste cada vez más hermosa y llegaste hasta reinar.
14 Extendiese entre las gentes la fama de tu hermosura que yo puse en ti, dice el Señor, Yavé. 15 Pero te envaneciste de tu hermosura y de tu nombradía y te diste al vicio, ofreciendo tu desnudez a cuantos pasaban, entregándote a ellos. 16 Tomaste tus vestidos y te hiciste altos coloreados para prostituirte en ellos.
17 Tomaste las espléndidas joyas que te había dado, mi plata y mi oro, y te hiciste simulacros de hombres, fornicando con ellos. 18 Tomaste las telas recamadas y los cubriste con ellas, y les ofreciste mi óleo y mis aromas. 19 También el pan que yo te diera, la flor de harina de trigo y de aceite y la miel con la que te mantenía, se los ofreciste en ofrenda de suave olor. Eso hiciste, dice el Señor Yavé.
20 Y, a más de esto, tomaste a tus hijos y a tus hijas, lo que había engendrado para mí, y se los sacrificaste para que le sirvieran de comida. Te parecían poco tus prostituciones, no te vergüenza y te revolvías en tu sangre; 23 antes, al contrario, después de tantas maldades, ¡ay de ti! Dice Yavé, 24 te hiciste en cada plaza un lupanar 25 y en cada calle un

prostíbulo, mancillando tu hermosura, entregándote a cuantos pasaban y multiplicando tus prostituciones.

26 Te prostituiste a los hijos de Egipto, tus vecinos de gordos cuerpos, multiplicando tus fornicaciones para irritarme. 27 Por eso tendí yo a ti mi mano, y te quité parte de la dote, y te entregué al capricho de tus enemigas, las hijas de los filisteos, que te aborrecen y se avergüenzan de tu desenfreno. 28 No harta todavía, te prostituiste también a los hijos de Asiria, fornicaste con ellos, sin hartarte todavía. 29 Multiplicaste tus prostituciones desde la tierra de Canaán hasta Caldea, y ni con todo esto te saciaste.

30 ¿Cómo sanar tu corazón, dice el Señor, Yavé, cuando has hecho todo esto, como desvergonzada ramera dueña de sí, 31 haciéndote prostíbulos en todas las encrucijadas y lupanares en todas las plazas? Y ni siquiera eres comparable a las rameras, que reciben el precio de su prostitución, 32 Tú eres la adúltera que, en vez de su marido, acoge a los extraños. 33 A la meretriz se le paga su merced, pero tú hacías las mercedes a tus amantes y les hacías regalos para que de todas partes entrasen a ti para tus fornicaciones. 34 Ha sucedido contigo en tus fortificaciones lo contrario de las otras rameras, pues no te buscaban, y, pagando tú en vez de recibir paga, fuiste al contrario de las otras. "

Người Ai cập đã ăn cắp văn hóa, nghệ thuật của người Canarias, người Do Thái cổ đại. Sau đây là phần dẫn chứng:

LỊCH SỬ SƠ KHAI CỦA CANARIAS - DO THÁI CỔ ĐẠI

"Có lời Đức Chúa phán với tôi rằng: 2 Hỡi con người, hãy cho Giê ru sa lem biết các điều ghê tởm của nó. 3 Ngươi sẽ nói: Đức Chúa là Chúa Thượng phán thế này với Giê ru sa lem; Gốc gác ngươi, dòng họ ngươi phát xuất từ đất Ca na an; cha ngươi là người E mô ri, mẹ ngươi là người Khết. 4 Lúc chào đời, ngày mới sinh ra, ngươi không được ai cắt rốn cũng không ai lấy nước tắm rửa cho sạch, chẳng được ai xát muối và lấy tả bọc cho. 5 Không người nào ái ngại đưa mắt nhìn ngươi mà làm cho ngươi chỉ một trong những điều ấy vì xót thương ngươi. Ngày mới sinh ra, ngươi bị quẳng ra giữa đồng vì ai cũng ghê tởm ngươi.

6 Ta đi ngang qua chỗ ngươi và thấy ngươi giẫy giụa trong máu. Thấy ngươi mình đầy máu me, Ta đã phán với ngươi: "Cứ việc sống!" 7 Ta làm cho ngươi nẩy nở như hoa ngoài đồng. Ngươi đã nẩy nở lớn lên và thành cô thiếu nữ với bộ ngực nở nang, mái tóc mượt mà, nhưng ngươi vẫn trần truồng, không mảnh vải che thân.

8. Ta đã lấy nước tắm rửa, gột sạch máu me, rồi xức dầu thơm cho ngươi. 9 Ta đã lấy nước tắm rửa, gột sạch máu me, rồi xức dầu thơm cho ngươi. 10 Ta đã cho ngươi mặc đồ gấm vóc, đi giày da mềm, thắt khăn vải gai mịn và khoác toàn tơ lụa. 11 Ta đã lấy đồ trang sức tô điểm cho ngươi; đeo xuyến vào tay, đeo kiềng vào cổ. 12 Ta đã lấy đồ trang sức khuyên xỏ vào mũi ngươi, đeo hoa tai cho ngươi và lấy triều thiên rực rỡ đội lên đầu ngươi. 13 Đồ trang sức của ngươi đều là vàng bạc, y phục của ngươi là vải gai mịn, tơ lụa và gấm vóc. Ngươi được nuôi bằng tinh bột lúa miến, mật ong và dầu. Ngươi đã nên xinh đẹp tuyệt trần và xứng ngôi hoàng hậu. 14 Giữa muôn dân nước, ngươi được nổi tiếng vì nhan sắc của ngươi; nhan sắc đó tuyệt vời nhờ ánh huy hoàng của Ta chiếu tỏa trên ngươi, - sấm ngôn của Đức Chúa là Chúa Thượng.

15 Thế mà ngươi đã cậy có nhan sắc, ỷ vào danh tiếng của ngươi để đàng điếm và hoang dâm với mọi khách qua đường: ngươi thuộc về chúng. 16 Ngươi đã lấy áo của ngươi mà trang hoàng cho tế đàn nên rực rỡ và ngươi đàng điếm ở trên các tế đàn ấy. 17 Ngươi đã lấy các đồ trang sức lộng lẫy bằng vàng bằng bạc. Ta đã tặng ngươi mà làm các

tượng ảnh đàn ông và ngươi đàng điếm với chúng. 18 Ngươi đã lấy áo sặc sỡ của ngươi mà mặc cho chúng lại lấy dầu và hương của Ta mà dâng lên trước mặt chúng. 19. Bánh Ta đã ban cho ngươi, tinh bột lúa miến, mật ong và dầu ta đã dùng nuôi ngươi, thế mà ngươi lại lấy dâng trước mặt chúng làm hương thơm để vui lòng chúng - sấm ngôn của Đức Chúa.

20 Ngươi đem các con trai con gái ngươi đã sinh cho Ta mà tế làm của ăn cho chúng. Ngươi hoang dâm như thế chưa đủ sao? 21 Ngươi đã giết và thiêu con cái Ta để tế chúng 22 Trong khi tất cả các điều ghê tởm cũng như việc hoang dâm của ngươi, ngươi đã không còn nhớ đến những ngày ngươi còn thơ ấu, lúc ngươi còn trần truồng, không mảnh vải che thân, khi ngươi giẫy giụa trong máu.

23. Sau khi làm tất cả những việc xấu xa - thật khốn, khốn cho ngươi, sấm ngôn của Đức Chúa - 24 ngươi lại còn xây gò đắp mộ ở khắp phố phường. 25 Ở mọi đầu đường, ngươi xây gò và làm cho nhan sắc của ngươi ra ghê tởm, ngươi; ngươi đã hiến thân cho mọi khách qua đường và gia tăng tội hoang dâm của ngươi. 26 Ngươi đã hoang dâm với con cái Ai cập, những kẻ láng giềng của ngươi có thân hình vạm vỡ; như thế là ngươi đã gia tăng tội hoang dâm để chọc giận Ta. 27 Này Ta giương cánh tay đánh phạt ngươi; Ta cắt phần lương của ngươi và trao ngươi cho kẻ thù thỏa lòng mong muốn, đó là con gái Phi li tinh ngay cả chúng cũng phải bẽ bàng về đời sống ô trọc của ngươi. 28 Dù vậy, ngươi cũng không mãn nguyện, lại còn hoang dâm với con cái Át sua; ngươi hoang dâm với chúng mà vẫn chẳng thỏa lòng. 29 Ngươi đã gia tăng tội hoang dâm trong xứ Can đê là nơi buôn bán, và ngay cả như thế, ngươi cũng không thỏa lòng.

30 Lòng ngươi mê đắm biết chừng nào - sấm ngôn của Đức Chúa là Chúa Thượng - khi ngươi hành động như thế, như một gái điếm cuồng si. 31 Ngươi đắp mộ ở mọi đầu đường và xây gò ở khắp phố phường, nhưng khác với gái điếm chuyên nghề, ngươi chẳng màng đến tiền bạc. 32 Đàn bà ngoại tình thay vì ở với chồng, lại tư thông với người khác. 33 Người ta tặng quà cho gái điếm, còn ngươi, người lại tặng quà cho tất cả tình nhân của ngươi. Ngươi đem quà tặng chúng để chúng đến mà đàng điếm với ngươi. 34 Như thế, khi hoang dâm, ngươi làm ngược với các người đàn bà khác. Người đàng điếm không

phải là kẻ chạy theo ngươi mà là chính ngươi. Người trả tiền là ngươi chứ không phải chúng. Ngươi làm chuyện ngược đời.

Ê đê ki ên 16. 1- 34

Adam y Eva - A đam và E và

LAS ESTRELLAS

El cielo azulado un color mármol cristalizado
La luna fría aislada se transformó en la sonrisa
Que conmueve al poeta empapado de miles de lágrimas
Esta noche recuerdo los cielos estrellados de Vietnam
Que iluminaban en todo el espacio una zona
Santa Cruz la ciudad hermosa -- destrozada no tiene estrellas
¿O los ríos llevaron las estrellas iluminadas sin retorno?
A las más lejanas nubes flotantes --vientos errantes-- lluvias miles.
En los puertos, entre los ríos secos, yo sigo esperando.

18 / 03 / 1019

NHỮNG NGÔI SAO

Bầu trời xanh thẫm một màu ngọc bích
Trăng lạnh chơ vơ chuyển nụ cười
Chạnh lòng thi nhân ướt đẫm lệ ngàn
Đêm nay ta nhớ qúa những bầu trời sao ở Việt nam
Tỏa khắp không gian sáng một vùng
Santa Cruz thành phố diễm lệ điêu tàn không có sao
Hay những dòng sông xanh đã chở những ngôi sao sáng đi mãi không về?
Biền biệt mây trôi gió bạt mưa ngàn
Trên những bến đò, giữa những dòng sông khô cạn ta vẫn đợi vẫn chờ.

18 / 03 / 1019

EL DESASTRE DE HAI

La Iglesia católica afirmó que hubo un período sin rey en Israel. Hasta la llegada del rey Saúl, solo estaban los líderes de las doce tribus de la familia real. Esto no es cierto porque la Biblia dice que, después de la muerte de Moisés, Josué invadió la tierra prohibida, a la cual Moisés no permitió la entrada, y como resultado, Josué mató a cinco reyes, entre ellos el rey de Jerusalén, Adonicedéc y el desastre de Hai.

El Libro de Josué

THẢM HỌA THÀNH AI

Nhà thờ Thiên Chúa giáo đã nhận định rằng đã có một thời kỳ không có vua ở Do Thái. Cho tới lúc xuất hiện vua Sa un thì chỉ có những thủ lĩnh của mười hai tộc của gia đình Gia cóp. Điều này không thật bởi vì kinh thánh đã viết rằng, sau khi Môi sê qua đời, Giô Suê đã xâm lấn vào vùng đất cấm, vùng đất mà Môi sê không cho phép vào, và kết qủa là có năm vua bị Giô suê giết chết, trong đó có vua Giê ru sa lem, A đô ni Xe đéc và thảm họa thành Ai.

Sách Giô suê

HISTORIA DE CANARIAS HACE 2000 AÑOS

1. LA PREDICACIÓN CULTURA ROMANA – GRIEGA EN CANARIAS

2. Macabeos 4. 1; 4. 4-5:

a) El delito de Simón:

"Simón, el delator del tesoro y de la patria, hablaba mal de Onías, afirmado ser él quien había maltratado a Helidoro y el autor de todo el mal."

4 tanto, que Onías, considerando lo peligroso de estas rivalidades y la furia de Apolonio general de Calesiria y Fenicia en favorecer la maldad de Simón, se fue a ver el rey, 5 no como acusador de sus conciudadanos, sino mirando al interés común, y en particular al de toda la nación"

b) Jasón trae la cultura griega en Canarias:

2. Macabeos 4. 7- 20:

"Muerta Seleuco y apoderado del reino Antícoco, por sobrenombres Epifanes, Jasón, hermano de Onías, comenzó a ambicionar el sumo sacerdocio. 8 y en una audiencia prometió al rey tres cientos sesenta talentos de plata, ochenta talentos más de otra renta, 9 y sobre éstos, ciento cincuenta más, si se le autorizaba para instalar un gimnasio y una mancebía y se concedía a los de Jerusalén la ciudadanía antioquena. 10 Accedía el rey; y Jasón obtenido, luego le dio a introducir las costumbres griegas entre sus conciudadanos. 11 Abolió los privilegios otorgados a los judíos por el favor de los reyes gracias a las gestiones de Juan, padre de Eupolemo, el que les empeñó la embajada para obtener la amistad y la alianza de los romanos; contra los derechos ciudadanos introducía costumbres impías. 12 y hasta bajo la misma acrópolis se atrevió a erigir el gimnasio, obligando a educar allí a los jóvenes más nobles.

13. Así cundió en alto grado el helenismo y progresó la introducción de costumbres extranjeras por la desalmada actitud del impío, más que sumo sacerdote, Jasón.

14. Los sacerdotes ya no se preocupaban del servicio del altar; antes, mostrando poca estima del templo y descuidando los sacrificios, se apresuraban a tomar parte en los prohibidos ejercicios de la palestra en cuanto eran invitados a lanzar el disco. 15 Desdeñando los hombres patrios, estimaban en mucho las distinciones griegas. 16 Por lo cual vino

sobre ellos la gran calamidad de que aquellos mismos a quienes en todo querrían imitar, se volviesen luego contra ellos y fuesen sus enemigos y opresores. 17 No es cosa de poco ni que se hace impunemente violar las leyes divinas, como los mostrará el tiempo venidero.

18 Al celebrarse con Tiro los juegos quinquenales con asistencia del rey, 19 el malvado Jasón envió de Jerusalén espectadores, ciudadanos de Antioquia, portadores de trescientas dracmas para el sacrificio de Hércules. Pero los que las llevaban pidieron que no se empleasen en los sacrificios, porque no convenía, sino que se destinasen a otra expensa. 20 Y así aquella cantidad que se iba enviada, según la voluntad del donante, para el sacrificio de Hércules, por deseo de los portadores fue destinada a la construcción de trirremes.

c) El resultado final de Jasón:

2. Macabeos 4. 23 – 26:

23 Pasado tres años, envío Jasón a Menelao, hermano del antes mencionado Simón, para llevar dinero al rey y para gestionar ciertos asuntos importantes; 24 pero, ganada la gracia el rey. Menelao le adulaba, dándose aires de hombre influyente, con lo que obtuvo para sí el sumo sacerdocio, ofreciendo trescientos talentos más que Jasón. 25 Y así, con las credenciales del rey, se vino aquel hombre, que no tenía nada que le hiciera digno del sacerdocio, sino instintos de tirano cruel y sentimientos de fiera salvaje.

26 Jasón, que había suplantado a su hermano, fue a su vez suplantado por otro y forzado a huir a la tierra de Ammón. "

2. Macabeo 5.5 – 10:

"Difundido al rumor de que Antíoco había muerto, tomó Jasón no menos de mil hombres y atacó de improviso a la ciudad. Aunque los moradores corrieron a los muros, la ciudad fue tomada, y Menelao se refugió en la acrópolis. 6 Jasón hizo sin piedad gran matanza en sus conciudadanos, no teniendo en cuenta que una feliz jornada contra sus conciudadanos es el mayor infortunio; pensando, por el contrario, que alcanzaba trofeos de enemigos y no de connacionales. 7 Mas no por eso logró adueñarse del poder y al fin recibió al oprobio como premio de su traición, teniendo que huir de nuevo a la tierra de Ammón. 8 El fin de su perversa vida fue éste; que, acosado por Aretas, rey de los árabes, huyendo de ciudad en ciudad, de todos perseguido, detestado como renegado de su Ley, execrado como verdugo de su patria y de sus conciudadanos fue empujado hasta Egipto.

9 y el que a tantos había desterrado a la patria, vino a acabar en tierra extraña, huyendo a Lacedemonia con la esperanza de lograr un refugio en gracia del parentesco; 10 y el que a tantos había dejado sin sepultura, murió sin ser por nadie llorado y privado de sepultura, no sólo del sepulcro familia.

LỊCH SỬ CANARIAS CÁCH ĐÂY 2000 NĂM

1) SỰ TRUYỀN BÁ VĂN HÓA HY LẠP VÀO CANARIAS

a)   2 Ma ca bê 4. 1; 4. 4, 5:

4.1 "Ông Si môn được nói đến ở trên là người trước kia đã tiết lộ kho tàng và phản bội Tổ quốc, lúc này lại vu khống thượng tế Ônia, coi thượng tế như người đã ngược đãi ông Hê li ô đô rô và gây ra các tai họa."

4. 4 "Thượng tế Ô ni a nhận thấy cuộc tranh chấp thật là nguy hiểm và sự ủng hộ của ông A pô lô ni ô, con ông Mê nét thê ô, tướng chỉ huy miền Coi lê Xy ri và Phê ni xi càng làm cho ông Si môn thêm độc ác, 5 nên thượng tế Ô ni a đến yết kiết nhà vua, không phải để tố cáo đồng bào của mình, nhưng vì lợi ích chung của toàn dân và riêng cho mỗi người."

b) Thượng tế Gia xon du nhập văn hóa Hy Lạp vào Canarias:

2 Ma ca bê 4. 7-20:

"Khi vua Xê lêu cô băng hà và vua An ti ô khô biệt danh là Êpi pha nê nắm quyền cai trị vương quốc, thì ông Gia xon, em của ông Ô ni a, đã đoạt chức thượng tế. 8 Nhân một buổi yết kiến vua, ông hứa nộp cho vua mười ngàn ký bạc và thêm hai ngàn bốn trăm ký lấy từ nguồn lợi khác.

9 ngoài ra ông còn hứa sẽ nộp bốn ngàn năm trăm ký bạc nữa, nếu ông được phép dùng quyền riêng thiết lập một thao trường và một huấn trường, cùng lập danh sách những công dân An ti ô khô tại Giê ru sa lem. 10 Được nhà vua chấp thuận, lại có quyền trong tay, Ông Gia xon liền cưỡng bách đồng bào sống theo lối Hy Lạp.

11 Ông cũng bãi bỏ các đặc quyền nhà vua đã ban cho người Do Thái vì lòng nhân đạo, nhờ hoạt động của ông Gio an, cha của ông Êu po lê mô, người sau này được cử làm đại sứ ký kết hòa ước hữu nghị và liên minh với người Rô ma. Ông còn hủy các tổ chức hợp pháp và lập ra các tục lệ mới trái với Lề Luật. 12 Quả vậy, ông lấy làm thích thú xây dựng một cái thao trường ngay dưới chân đồi Ác Rô Pô Li và đưa các học viên ưu tú của huấn trường thuộc quyền ông tới thao luyện.

13 Cũng vì sự gian tà qúa quắt của Gia xon, một tên vô lại chứ đâu phải thượng tế, mà phong trào Hy Lạp hóa đạt tới đỉnh cao và phong

tục ngoại giáo phát triển mạnh, 14 đến nỗi các tư tế không còn hăm hở phục vụ bàn thờ nữa, nhưng lại coi khinh Đền thờ, chểnh mãng trong việc dâng hy lễ; nên khi vừa nghe có tiếng cổng báo hiệu là họ vội vàng đến đấu trường tham dự trò chơi trái với Lề Luật. 15 Các tư tế không còn đếm xỉa đến danh dự quốc gia, mà lại rất mực ham chuộng vẻ huy hoàng của Hy Lạp. 16 Chính vì thế, họ lại phải rơi vào hoàn cảnh khó khăn, vì những kẻ mà họ cố theo đòi bắt chước cách ăn thói ở và muốn được nên giống về mọi mặt, lại trở nên kẻ thù và là người đàn áp họ. 17 Hành động ngạo ngược chống Luật Thiên Chúa đâu phải chuyện thường. Đó là điều sau này sẽ chứng minh.

18 Trong cuộc đại hội thể dục thể thao, tổ chức bốn năm một lần ở Tia, có nhà vua hiện diện, 19 ông Gia xon, một người đê tiện đã cử một phái đoàn đại diện cho những công dân An ti ô khô từ Giê ru sa lem đến mang theo ba trăm quan tiền để dâng lễ kính thần Hê rắc lê. Nhưng các người mang tiền xin đừng dúng số bạc ấy mà tế lễ, vì việc ấy không thích hợp, mà lại xin dùng vào một khoản khác. 20 Vậy số bạc ấy lẽ ra phải được dùng vào việc dâng lễ kinh thần Hê rắc lê, theo ý người gửi, nhưng do theo lời yêu cầu của những người mang tiền, người ta lại đem dùng vào việc đóng tàu chiến."

c) Kết quả cuối cùng của Gia xon:

2. Ma ca bê 4. 23 - 26:

"23 Sau ba năm, Gia xon sai ông Mê nê la ô, em ông Simon, , mang tiền bạc dâng cho nhà vua và hoàn thành công việc thượng lượng những vấn đề cấp báchb; 24 Khi được vào chầu vua, ông Mê nê la ô đã tự đề cao mình khiến vua có cảm tưởng ông là một nhân vật quan trọng. Nhờ dâng cho vua số bạc trội hơn số bạc của ông Gia xon gần chín ngàn ký nên ông đã đoạt được chức thượng tế. 25 Nhận được giấy sắc phong của vua, ông trở về, ông chẳng có gì xứng với chức thượng tế, mà chỉ có bộ mặt đằng đằng sát khí của tên bạo chúa và những cơn giận lồng lộn của con thú dữ. 26 Và như vậy ông Gia xon đã mưu mô đoạt chức thượng tế của anh mình, thì giờ đây lại bị người khác mưu mô đoạt mất, nên bó buộc phải trốn sang miền Am ma ni tít."

Recinto Ferial – Santa Cuz de Tenerife

Thao trường Recinto Ferial – Santa Cuz de Tenerife

2. LA RESISTENCIA CONTRA LOS GENTILES EN LA TIERRA CANARIAS

a) LA PERSECUCIÓN RELIGIOSA

1 "No mucho tiempo después mandó el rey a un anciano ateniense para que obligara a los judíos a dejar la religión de sus padres, prohibiéndoles vivir según las leyes de Dios; 2 y con orden de que profanara el templo de Jerusalén y lo dedicara al JÚPITER OLÍMPICO, y de Garizim, según la condición de los moradores de lugar, a JÚPITER HOSPITALARIOS.

3 Grave e insoportable era para la muchedumbre el progreso de la maldad, 4 porque el templo era teatro de libertinaje y orgías de los gentiles, que se solazaban allí con las meretrices y en los atrios sagrados tenían comercio con las mujeres, llenándolo todo de inmundicias. 5 El altar mismo estaba lleno de cosas indecentes, excradas por la Ley.

6. No se observaban los sábados, ni se guardaban las fiestas patrias, NI SIQUIERA PODÍA DECLARARSE JUDÍO. 7 Al contrario, con inexorable violencia eran arrastrados s celebrar cada mes el natalicio del rey y a participar en los sacrificios, y cuando se celebraban la fiesta de Dionisio, eran forzados los judíos a tomar parte en las procesiones coronados de hiedra.

9 – 10 Condenando a muerte a los que no consintiesen en acomodarse a las costumbres gentílicas. Era de ver qué excesos de desolación tuvieron entonces lugar. 10 Dos mujeres fueron delatadas por haber circuncidado a sus hijos, y, con los niños colgados de los pechos, la spasearon por la ciudad y luego las percipitaron de las murallas. (Así es manera de matar a Aroma profundo, la cortaron la cabeza y la tiraron en EL BARRANCO DE LOS SANTOS)

11. Otros que se habían reunido en próximas cavernas para celebrar ocultos el día séptimo, denunciados a Filipo, fueron entregados a las llamas. Ni pensaron en defenderse, por el sumo respecto hacia el día santo.

2. Macabeos 6. 1- 6; 6 6- 7; 6 9- 11

b) MATATÍA LEVANTÓ LA RESISTENCIA DIVINA

● *INTRODUCCIÓN*

1. Macabeos 6 - 10, 14; 27- 28:

"6 Y viendo las abominaciones cometidas en Judá y en Jerusalén, 7 dijo: "Ay: "Ay de mí! ¿por qué nací yo, para ver la ruina de mi pueblo y la ruina de la ciudad santa, obligado a habitar aquí, cuando está en poder de enemigos.

10 ¿Qué nación no se ha adueñado de su reino y no se ha apoderado de sus despojos?

14 Rasgaron Matatías y sus hijos sus vestiduras y se vistieron de saco e hicieron gran duelo.

27 Alzó luego el grito Matatías en la ciudad, y dijo: "Todo el que sienta celo por la Ley y sostenga la alianza, sígame.

28 Y huyeron él y sus hijos a los montes, abandonando cuanto tenían la ciudad.

● **LA SUBLEVACIÓN**:

1. Macabeos 29 – 44:
Entonces muchos que suspiraben por la justicia y juicio bajaron al desierto; 30 para habitar allí, así ellos como sus hijos, sus mujeres y sus ganados, pues la persecución había llegado al como 31 Y así que llegó a noticia de los enviados del rey y de las fuerzas que había en Jerusalén, en la ciudad de David, que aquellos hombres, desobedeciendo el decreto del rey, habían seguido, 32 los sorprendieron; y acamando enfrente de ellos, se dispusieron a atacarlos en día de sábado. 33 Y le decían: "Basta con lo hecho hasta aquí. Salid y cumplid el decreto del rey, y viviréis". 34 Ellos contestaron: "No saldremos ni haremos lo mandado por el rey, profanando el sábado". 35. En seguida los acometieron; 36 y ellos no les respondieron ni les lanzaron una piedra, ni taparon sus escondrijos, 37 diciendo: "Muramos todos en nuestra inocencia, y el cielo y la tierra serán testigos de que injustamente nos hacéis morir". 38 Y acometidos en día de sábado, murieron ellos, sus mujeres, sus hijos y sus ganados, hasta mil hombres.

39 Cuando Matatía y sus amigos lo supierron, se dolieron grandemente, 40 dijeron: "Si todo hacemos como nuestros hermanos han hecho, no combatiendo contra los gentiles por nuestras vidas y nuestras leyes, pronto nos exterminarán de la tierra".

41. Y tomaron aquel día esta resolución: "Todo hombre, quiequiera que sea, que en día de sábado viniera a pelear contra nosotros, será de nosotros combatido, y no nos dejaremos matar todos, como nuestros hermanos, en sus escondrijos.

42 Entonces se unió a la ley. 43 Cuantos buscabanescapar a la persecución se unián a ellos, a crecentándose así sus fuerzas, 44 hasta formar un ejécito, con el cual hirieron a los pecadores en su ira y a los impíos en su furor. Los restantes buscaban su salud entre los gentiles

• TESTAMENTO DE MATÍAS:

1. Macabeos 2 65 – 70:
"65 Yo sé que Simón, vuestro hermano, es hombre de consejo; oídle siempre y sea él vuestro padre 66 Juda el Macabeo es fuerte y vigoroso desde su mocedad; que sea capitán del ejército y quien dirija la guerra contra las naciones. 67 Atraed a vosotros a todos los cumplidores de la Ley y tomad severa la venganza de los ultrajes a vuestro pueblo. 68 Dad a los gentiles su merecido y a tended a la observancia de los preceptos de la Ley"
69 Y bendiciéndolos fue a reunirse con sus padres 70 Murió en el año146 y los sepultaron en el sepulcro de sus padres, en Modín y todo Israel hizo por él gran duelo.

2) CUỘC KHÁNG CHIẾN CHỐNG GIẶC NGOẠI XÂM TRÊN QUẦN ĐẢO CANARIAS.

a) CUỘC BÁCH HẠI TÔN GIÁO Ở CANARIAS

1 "Ít lâu sau, vua sai một trưởng lão người A thê na đến bắt người Do Thái phải từ bỏ những luật pháp của cha ông, không được sống theo luật của Thiên Chúa. 2. Ông ta lại làm ô uế đền thờ ở Giê ru sa lem và đổi thành nơi kính thần Dớt Ô lim pi ô, đối diện điện thờ ở núi Gơ ri dim thành nơi kính thần Dớt Xê ni ô, hợp với lòng dân ở nơi ấy. 3 Tai họa chồng chất khiến mọi người phải điêu đứng và khó lòng chịu đựng nổi. 4 Quả thật, dân ngoại du nhập vào Đền thờ những thói đồi bại, những cảnh chè chén say sưa; chúng đú đởn với bọn điếm, đi lại với đàn bà tại tiền đường Nơi Thánh và còn đem cả những điều trái luật vào tận bên trong. Bàn thờ dâng lễ vật toàn thiêu chất đầy những vật cấm và bất hợp pháp.

6. Không được phép nghỉ việc ngày Sa bát, không được giữ các ngày lễ của cha ông, ngay cả xưng mình là người Do Thái cũng không được. 7 Hàng tháng, vào ngày mừng sinh nhật của vua, người Do Thái phải ngậm đắng nuốt cay mà dự các bữa lễ cúng thần. Đến ngày lễ cúng thần Đi nô ny xô, họ buộc phải đội vòng hoa trường xuân đi kiệu thần Đi nô ny xô.

9- 10 Còn ai nhất định không theo phong tục Hy Lạp thì phải chết. Như thế là có thể dự đoán được tai họa sắp xảy ra. 10 Vậy có hai thiếu phụ bị điệu đến vì đã làm phép cắt bì cho con. Người ta cột đứa trẻ vào ngực các thiếu phụ, rồi công khai dẫn họ đi khắp phố phường và xô họ từ trên tường thành xuống.

11. Những người Do Thái khác tụ tập nhau tại các hang gần thành để bí mật mừng ngày sa bát. Người ta tố cáo họ với ông Phi líp phê nên tất cả đã bị thiêu sống: họ không dám chống cự, vì sợ vi phạm ngày cực thánh."

2. Ma ca bê 6. 1- 6; 6 6- 7; 6 9- 11

b) ÔNG MÁT TÍT GIA KHƠI DẬY CUỘC THÁNH CHIẾN

• GIỚI THIỆU

1.Ma caa bê 2. 6 , 7, 10, 14; 27- 28:

6 " Khi chứng kiến những sự phạm thượng ở miền Giu đa và Giê ru sa lem,

7 ông Mát tít gia thốt lên: "khốn thân tôi! chẳng lẽ tôi xin ra để chứng kiến tai họa dân tôi và tai họa thành thánh phải chịu, và để ngồi đó mà nhìn thành thánh bị nộp vào tay quân thù, nhìn Thánh Điện rơi vào tay những kẻ ngoại bang?"

10. Có dân nào lại không được hưởng một phần cung điện làm gia nghiệp, không chiếm đoạt chiến lợi phẩm của thành?

14. Ông Mát tít gia và các con xé áo mình ra, mặc áo vải thô mà để tang; họ đau đớn vô cùng.

27 Rồi ông Mát tít gia rảo khắp thành và hô lớn tiếng: " Ai nhiệt thành với Lề Luật hãy theo tôi!"

28. Sau đó, ông và các con trốn lên núi, bỏ lại trong thành tất cả tài sản."

● CUỘC THÁNH CHIẾN

1. Ma ca bê 29 – 44:

"29. bấy giờ, nhiều người Do Thái muốn sống công minh chính trực đã xuống hoang địa và lập cư tại đó; 30 cả vợ con, súc vật cùng đi, với họ để tránh những tai họa đang đè nặng trên họ. 31. Người ta báo tin cho các viên chức của vua và binh lính đồn trú tại Giê ru sa lem, thành vua Đa vít: có những người đã chống lại lệnh vua, đi xuống hoang địa tìm nơi ẩn núp. 32 Một đoàn quân đông đảo đuổi theo và bắt kịp họ; chúng dựng trại trước mặt họ và chuẩn bị giao chiến vào ngày sa bát. 33 Chúng bảo họ: "Thế là đủ rồi, hãy đi ra và làm theo lệnh các đức vua thì các ngươi sẽ được sống." 35 Chúng liền ập vào đánh họ. 36. Nhưng họ không đánh trả, không ném một hòn đá nào vào chúng, cũng không chận đường vào nơi ẩn núp. 37 Họ nói: Nào chúng ta cùng chết để giữ luật của chúng ta. Có trời đất chứng giám là chúng ta bị giết một cách bất công!" 38 Thế là chúng tấn công họ vào đúng ngày sa bát; họ đã chết cùng với vợ, con và súc vật. Số người chết khoảng một ngàn.

39. Khi hay tin đó, ông Mát tít gia và các bạn đau đớn vô cùng. 40 Họ bảo nhau: "Nếu tất cả chúng ta cũng làm như anh em của chúng ta đã làm, nếu chúng ta không chiến đấu chống dân ngoại để bảo tồn sự sống và các tập tục của chúng ta, e rằng chẳng bao lâu nữa chúng sẽ quét sạch chúng ta khỏi mặt đất."

41 Bấy giờ, nhóm Kha xi dim gồm những người mạnh mẽ và can trường trong Ít ra en, và những người tự nguyện trung thành với lề luật đã kề vai sát cánh với họ.

43 Tất cả những người đang trốn tránh tai ương cũng liên minh với họ và làm cho họ trở thành mạnh thế.

44 Họ hợp thành một đạo binh; họ phẫn nộ đánh quân tội lỗi và căm tức đánh phường vô đạo. Đám còn lại thì trốn sang phía dân ngoại để được sống."

● *DI CHÚC CỦA ÔNG MÁT TÍT GIA*

1. Ma ca bê 2 65 – 70:

"65 Đây Si mê ôn, người anh em của các con, cha biết nó là người mưu lược; các con hãy luôn nghe lời nó; chính nó sẽ là cha của các con. 66 Còn Giu đa ma ca bê, mạnh mẽ can trường từ thuở bé, chính nó sẽ là thủ lãnh của các to´n quân của các con và nó sẽ cầm quân giao chiến với dân ngoại. 67 Phần các con hãy qui tụ lại hết mọi người tuân giữ lề luật và hãy trả thù cho dân của các con. 68 Hãy giáng trả cho dân ngoại oán thù chúng đã gây ra và hãy gắn bó với điều luật truyền.

69 Bấy giờ ông M´t tít gi chúc ph´cu cho cáac con, rồi về sum họp với tổ tiên.

70 Ông qua đời năm một trăm bốn mươi sáu và được mai táng trong phần mộ của tổ tiên ở Mô đin. Toàn dân Ít r en khóc thương ông thảm thiết."

2 Ma ca bê 5. 5-10:

"Nhưng có tin đồn thất thiệt là vua An ti ô khô băng hà, nên ông Gia xon đem khoảng một ngàn người, bất ngờ đến tấn công thành Giê ru sa lem. Quân bảo vệ tường thành bị đẩy lui, rốt cuộc thành đã bị chiếm và ông Mê nê la ô phải chạy trốn vào Ắc rô po li. 6 Ông Gia xon thẳng tay đàn áp đồng bào của mình, mà không nghĩ rằng thắng đồng bào là một thất bại nặng nề, lại cứ tưởng mình lập được chiến công nơi kẻ thù chứ không phải nơi người đồng chủng, 7 Thực ra, ông ta không nắm được quyền hành, và cuối cùng vì âm mưu xảo quyệt mà phải chuốc lấy nhục nhã và lại phải trốn sang miền Am ma na tít. 8 Thế là cuộc đời ô trọc của ông ta đã đến hồi kết thúc; bị A rê ta vu, người A rập bắt giam, rồi phải trốn từ thành nọ cho tới thành kia, bị mọi người đuổi bắt, bị gớm ghét như tên phản bội Lề Luật, bị khinh tởm như tên lý hình làm hại tổ quốc, cuối cùng phải trốn sang tận Ai cập. 9 Kẻ đã trục xuất biết bao người ra khỏi tổ quốc, nay phải bỏ mạng ở chốn tha hương, sau khi sang tá túc nơi người La kê đai môn, với hy vọng tìm được chốn tựa nương bên cạnh người đồng chủng. 10 Kẻ đã ném xác nhiều người không cho chôn cất, nay chẳng được một ai tiếc thương, chẳng được an táng, và cũng chẳng được yên nghỉ trong phần mộ của tổ tiên."

Frente a la casa de Aroma Profundo

Đối diện với nhà của Thúy Hương.

● **JUDAS MACABEOS Y LA RESISTENCIA**:

- LA LUCHA:

1. Macabeos 3 1- 2:

"La sucedió Judas, apellidado Macabeo, a quien apoyaron sus hermanos y cuantos habían seguido a su padre y combatían alegremente los combates de Israel."

Macabeos 3. 17 – 21:

"Está viendo el ejército que venía contra ellos, dijo a Judas: "¿cómo podremos nosotros, tan pocos, luchar contra tan poderosa muchedumbre, y menos estando, como estamos hoy, extenuados por ayuno?"18 Pero Judas les contestó: "Fácil cosa es entregar una muchedumbre en manos de pocos, que para el Dios del cielo no hay diferencia entre salvar con muchos o con pocos. 19 y no está en la muchedumbre del ejército la victoria en la guerra del cielo viene la fuerza. 20 Esto llegan contra nosotros lleno de orgullo e impiedad para apoderarse de nosotros, de nuestras mujeres e hijos, y saquearnos, 21 mientras que nosotros luchamos por nuestras vidas y por nuestras leyes.

1.   Macabeos 4. 6- 7:

"6 En cuanto fue de día apareció Judas en el llano con tres mil hombres, que no tenía ni los escudos ni las espadas que deseaban. 7 Vieron el campamento de los gentiles, fuerte, atrincherados, rodeado de la caballería, formado por hombre diestro en la guerra"

1 Macabeos 5. 9 – 13:

"Los gentiles de Galaad se conjuraron contra los israelitas que moraban en su territorio, con el propósito de aniquilarlos, pero ellos huyeron a la fortaleza de Diatema. 10 Escribieron a Judas y a sus hermanos, diciéndoles: "Se han juntado contra nosotros las naciones de nuestro contorno, que se proponen destruirnos; 11 están dispuestas a venir y apoderarse de la fortaleza en que nos hemos refugiado; tienen a Timoteo por jefe de su ejército. 12 Ven, pues y líbranos de sus manos, porque muchos de nuestros han caído ya, 13 y todos nuestros hermanos de la región de Tobia (España) han sido nuestro y robadas sus mujeres, sus hijos y sus bienes pereciendo allí unos seis mil hombres.

- LA CAUSA DE FRACASO DE LA PANTALLA EN JAMNIA:

1. Macabeos 5. 55 – 62:

"En los días en que Judas y Jonatán estaba en Galaad, y Simón en Galilea, frente a Jolemaida 56 llegaron a oídos de José, el de Zacarías y Azarías, jefe del ejército, las hazañas y las batallas que llevaban a cabo, 57 y se dijeron: "Hagamos también nosotros célebre nuestro nombre peleando contra la naciones de alrededor" 58 Y dieron orden al ejército que con ellos tenía de emprender la marcha hacia Jamnia, 59 pero les salió al paso Gorgias con su gente, 60 que derrotaron a José y Azarías persiguiéndolos hasta el confines de Judea. Dos mil hombres cayeron aquel día del pueblo de Israel. Acaeció este gran descalabro. 61 por no haber obedecido a Judas y asus hermanos creyéndose capaces de grandes hazañas. 62 pero no eran ellos de la raza a que fue dado salvar a Israel.

- **JUDAS MACABEOS MURIÓ EN LA PANTALLA DE BEREA:**
1.   Macabeos 9. 1 – 18; 22:

"Cuando Demetrio supo que Nicanor y su ejército habían caído en la batalla, volvió a enviar por segunda vez a Báquides con Alcimo a tierra de Judá, a la cabeza del ala derecha de su ejército. 2 Tomaron el camino que llega a Galilea y acamparon en Masalot de Arbela, apoderándose de ella y matando a muchos.

3 En el mes primero del año 152 asentaron su campo enfrente de Jerusalén; 4 pero veinte mil hombres de infantería y dos mil caballos se dirigieron a Berea. 5 Entre tanto, Judas había acampado en Laisa con tres mil hombres escogidos, 6 los cuales, viendo la muchedumbre del ejército, temieron sobre manera, huyendo muchos del campo y no quedando de todos más que ochocientos.

7. Viendo Judas que el campo había quedado desierto y que, sin embargo, la pantalla era inminente, se sintió aplanado, porque no le quedaba tiempo para volver los a juntan. 8 y sintiendo que se le rompía el corazón, dijo a los que le quedaban: "E a, vayamos al enemigo, a luchar contra él." 9 Querían disuardirle, diciendo: "No podremos, mejor nos servía conservar ahora nuestra vida y volver luego con nuestros hermanos; entonces podremos combatirlos, que ahora somos muy pocos". 10 pero Judas contestó "Dios me libre de hacer

tal cosa, de huir ante ellos. Si nuestra y no empeñemos nuestro honor 11. En esto, el campo enemigo se movió y ellos le hicieron frente. La caballería se dividió en dos partes; los honderos y los arqueros del ejército, todos hombres valientes, se adelataron, ocupando la primera fila. 12 Estaba Báquides en el ala derecha, e hizo, al sonido de las cornetas, avanzar la falange, dividida en dos cuerpos. 13 Los Judas dieron también la señal, y la tierra tembló al estruendo de los ejércitos. La batalla fue encarnizada y duró desde mañana hasta la tarde. 14 Vio Judas que Báquides, con el núcleo más fuerte de su ejército, estaba en el ala derecha, y juntando a los más animosos. 15 se echó con ellos sobre el enemigo, derrotándolo y persiguiéndolo hasta el pie de la montaña. 16 Los del ala izquierda, viendo derrotada y en huida la derecha, persiguieron a Judas y a los suyos por la espalda. 17 La lucha se agravó, cayendo muchos de una y otra parte. 18 Cayó también Judas y los restantes huyeron.

22. Por lo demás, la historia de las guerras de Judas, sus hazañas, su magnanimidad, son demasiado grandes para ser escritas."

3) JONATÁN, EL SUCESOR DE JUDAS MACABEOS

- Desde que murió Judas Macabeos, Canarias quedó ausente un líder, en el que hizo Jonatán convirtió en un líder contra con el testamento de Matatías, y se convirtió en un líder conferido por los gentiles y se relacionó amistosamente con Roma y Esparta, y cayó en la mano de los amigos amistosos.

1 Macabeos 10. 18 – 21:

El rey Alejandro a nuestro hermano Jonatán, salud 19 Hemos oído de ti que eres hombre de valor y muy digno de ser amigo de nuestro. 20 Hoy te constituimos, pues sumo sacerdote de tu nación y te concedemos el título de

amigo del rey – y le envió un vestido de púrpura y una
corona de oro para que mires por nuestro negocio y
guardes nuestra amistad."
21 Vistióse Jonatán la túnica santa en el mes séptimo del
año 160, en la fiesta de los Tabernáculos, alistó tropas y
fabricó armas en gran cantidad.
Vean: Carta de Jonatán envió a los espartanos en 1.
Macabeos 12. 1 – 23

1. Macabeos 12. 46 – 49:
    46 Dio fe Jonatán e hizo según le decía, licenciando su
    ejército que se volvió a la tierra de Judá 47 Sólo se
    reservó tres mil hombres, de los que dejó dos mil en
    Galilea, llevándose consigo sólo mil. 48 En cuanto
    Jonatán entró en Tolemaida, los tolimenses cerraron
    las puertas, los prendieron a él y a los que lo
    acompañaban y los asesinaron. 49 Luego Trifón envió
    su ejército y su caballería a la Galilea y a la gran
    llanura para aniquilar a todos los parciales de Jonatán.

**4) LOS ESPAÑOL LIBERARON A LOS GENTILES EN LA TIERRA DE
LOS CANARIOS Y OCUPARON SU CIUDADELA DE SANTA CRUZ
DE TENERIFE, JERUSALÉN**

a) CARTA DEL REY DEMETRIO A SIMÓN:

"36 El rey Demetrio a Simón, sumo sacerdote y amigo de los
reyes y a los ancianos y a la nación judía, salud. 37 Hemos
recibido la corona de oro y la palma que nos habéis enviado, y
estamos dispuestos a hacer con vosotros una paz definitiva y a
escribir a los intendentes reales que os condonen las deudas.
38 Todo cuanto hemos pactado con vosotros sea firme, y las
fortalezas que habéis edificado sean vuestras. 39 Os
perdonamos también las faltas y las ofensas cometidas hasta
este día, y la corona que debéis, y si algún tributo se cobraba
en Jerusalén, ya no se cobre. 40 Si algunos de vosotros estáis
dispuestos a alistaros en nuestro ejército podéis hacerlo, y
que reine entre nosotros la paz."

**b) SIMÓN OCUPÓ LA CIUDADELA DE JARUSALÉN, SANTA CRUZ DE
TENERIFE:**

1. Macabeos 13. 41 – 54:

41 En el año 170 quedó Israel libre del yugo de los gentiles, 42 y comenzaron a encabezarse así los documentos y contratos: "El año primero de Simón, gran pontífice, general y caudillo de judío" 43 En los días aquellos acampó Simón contra Gaser y la cercó con sus fuerzas, construyó máquina de asedio y las aproximó a la ciudad, acometiendo una de las torres y apoderándose de ella 44 Invadieron la ciudad los que estaban en la máquina, produciéndose en aquélla gran conmoción.
45 Los de la ciudad subieron a las murallas con sus mujeres e hijos, rasgadas las vestiduras, y a grandes voces clamaban pidiendo a Simón a la paz, 46 y le decían: "No obres con nosotros según merecen nuestras maldades, sino según tu misericordia" 47 Simón se dejó aplacar y suspendió las hostilidades contra ellos, pero expulsó a los de la ciudad, purificó las casas en que había ídolo, y así hizo su entrada en ella en medio de cánticos y bendiciones. 48 Después de limpiarla de toda impureza, instaló en ella gente observante de la Ley, la fortificó y construyó allí para él una morada.
49 Los de la ciudadela de Jerusalén no podían salir de ella, ni entrar en región para comprar o vender, y pasaban mucha escasez, pareciendo de hambre mucho de ellos 50 Clamaron a Simón en demanda de paz, y él se la otorgó, echándolos de allí y limpiando la ciudadela de impurezas. 51 El día veintitrés de mes segundo del año 171 entró en ella con cántico palmas y acompañamiento de cítaras, címbalos y arpar, con himnos y cánticos, porque había sido aplastado un gran enemigo de Israel 52 Estableció que cada año se solemnizara este día con regocijo. 55 Fortificó el monte del templo, que está próximo a la ciudadela, y allí él con los suyos. 54 Viendo Simón que Juan, su hijo era hombre animoso, lo hizo jefe de todas las tropas, con residencia en Gaser (Madrid)

b) LA MUERTE ALEVOSA DE SIMÓN Y SU SUCESOR JUAN, EL PRIMER REY FALSO DE ESPAÑA:

1. Macabeos 16. 11- 23 – 24:

"11 Tolomeo, hijo de Abulos, comandante del campo de Jericó, tenía mucha plata y oro, 12 y era yerno del sumo sacerdote. 13 Se egrió tanto, que quiso hacerse dueño de la tierra, para lo cual resolvió quitar a traición la vida a Simón y a sus hijos. 14 Visitaba Simón las ciudades del territorio a fin de proveer a sus necesidades, y bajó a Jericó con Matatías y Judas, sus hijos, el año 177 en el mes undécimo, que es mes de sabát. 15 Los recibió el hijo de Abulos con perfidia en una fortaleza pequeña llamada Doc, que él había levantado. Les ofreció un gran banquete, pero ocultó a siete hombres, 16 que, cunado Simón y sus hijos estaban ebrios, a una señal de Tolomeo se levantaron y, tomando las armas dieron sobre Simón, matándolo a él, a sus hijos y a algunos de su séquito, 17 cometiendo una gran traición y devolviendo mal por bien. 18 Luego escribió Tolomeo al rey para que enviarse tropas en su auxilio, a fin de poner en su mano la tierra y las ciudades.

19 Envió otros a Gazer para que se apoderasen a Juan, y escribió a los oficiales de éste pidiéndoles que se pasasen a él, que les daría plata y oro para regalos. 20 Mandó otros para que apoderasen de Jerusalén y del monte del templo. 21 pero alguno se adelantó a comunicar a juan, en Gaser, cómo habían sido muerto su padre y sus hermanos y que habían mandado quien lo matase a él.

22 Quedó fuera de sí al oído tales noticias, y prendiendo a los que venían a él para darle muerte, los mató, pues sabía lo que intentaban.

23 Los demás sucesor de Juan, sus guerras, las hazañas que realizó, los muros que levantó y sus obras todas, 24 escrito están en los anales de su pontificado, desde el día que fue hecho sumo sacerdote después de su padre."

• GIU ĐA MA CA BÊ VÀ CUỘC KHÁNG CHIẾN:

- CUỘC ĐẤU TRANH:

1. Ma ca bê 3 1- 2:

Ông Giuđa cũng gọi là Ma ca bê, con ông Mát tít gia, đứng lên thay cha. 2 Tất cả anh em ông và mọi người thuộc phe của ch ông đều ủng hộ ông, và họ phấn khởi tham gia vào cuộc kháng chiến của dân Ít ra en.

Ma ca bê 3. 17 - 21:

Vừa thấy đoàn quân ra nghênh chiến với mình, những người này nói với ông Giu đa: "Chúng ta chỉ có một nhúm người thì làm sao có thể đương đầu với một số đông hùng mạnh như thế kia? Chúng ta lại mệt lử vì cả ngày chưa ăn uống gì" 18 Ông Giu đa nói: "Nhiều người mà bị rơi vào tay một ít người, chuyện đó cũng dễ thôi! Vả lại, đối với Trời dùng nhiều người hay ít người mà cứu thoát cũng chẳng khác nhau. 19 Bởi vì người ta thắng trận không phải bởi số đông, mà nhờ Trời ban sức mạnh cho. 20 Chúng nó đến đánh chúng ta thật bạo ngược gian tà nhằm tiêu diệt chúng ta, và vợ con chúng ta, rồi cướp bóc chúng ta. 21 còn chúng ta, chúng ta giao chiến để bảo toàn sinh mạng và tập tục của chúng ta."

• Ma ca bê 4. 6- 7:

Vừa tảng sáng ông Giu đa xuất hiện trong cánh đồng cùng với ba ngàn quân, quân của ông không có áo giáp, cũng chẳng có gươm như họ muốn. 7 Họ thấy doanh trại của dân ngoại vừa hùng mạnh, vừa được bố phòng, có kỵ binh bao bọc, quân của chúng toàn là những người được huấn luyện để chiến đấu."

1 Ma ca bê 5. 9 - 13:

"Dân ngoại ở Ga la át liên minh với nhau chống lại những người Ít ra en đang sống trên lãnh thổ của chúng nhằm tiêu diệt họ. Họ trốn vào pháo đài Đa thê ma. 10 Họ gửi cho ông Giu đa và các anh em bức thư nội dung như sau: "Các dân ngoại ở chung quanh đang liên minh với nhau nhằm tiêu diệt chúng tôi; 11 chúng chuẩn bị chiếm pháo đài nơi chúng tôi ẩn nấp. Chính Ti mô thê thống lãnh quân đội của chúng. 12 Vậy bây giờ xin ông tới giải thoát chúng tôi khỏi tay chúng, vì nhiều người trong chúng tôi đã ngã gục. 13 Tất cả anh em của chúng ta đang sống ở miền Tô bi a đã bị giết; vợ con họ bị đem đi đày, tài sản họ bị tước đoạt. Ở đó khoảng một ngàn người đã bị sát hại.

● **NGUYÊN NHÂN THẤT TRẬN Ở Ở GIAM NI A:**

1. Ma ca bê 5. 55 - 62:

"Trong thời gian ông Giu đa và ông Giô na Than đang ở miền Ga la át và ông Si môn, anh ông Giu đa, đang ở miền Ga li ê, đối diện với Pơ tô Lê Mai, 56 thì ông Giô xếp con ông Dơ khát gia và ông A da ri a, hai người chỉ huy quân đội, nghe biết những chiến công và những cuộc giao tranh của họ, 57 mới nói: " Cả chúng ta nữa, chúng ta phải làm cho tên tuổi của chúng ta nên lẫy lừng! Chúng ta hãy đi giao chiến với dân ngoại xung quanh." 58 Hai ông ra lệnh cho quân đội thuộc quyền mình và tất cả cùng đi Gam ni a. 59 Tướng Goóc ghi át và quân của ông ta ra khỏi thành đón đánh họ. 60 Ông Giô xếp và ông Dơ khác gi bị thảm bại và bị rượt đuổi cho đến ranh giới xứ Giu đê. Ngày hôm ấy có khoảng hai ngàn người trong dân Ít ra en bị ngã gục. 61 Đó là một tổn thất nặng nề cho dân, bởi vì họ đã không nghe lời ông Giu đa và các anh em ông, cứ tưởng rằng mình cũng lập được chiến công. 62 Hai ông ấy không thuộc giống nòi những người được dùng để cứu thoát dân ít ra en.

● **TRẬN BÊ RÊ A. ÔNG GIU ĐA MA CA BÊ TỬ TRẬN**

• Maccabees 9. 1 - 18; 22:

9 1 "Nhưng khi nghe tin tướng Ni ca no cùng với đạo quân bị đánh bại trong cuộc chiến, vua Đê mết ri ô lại quyết định cử tướng Bắc khi đê và An ki mô cùng với đạo quân tinh nhuệ nhất đi tới Giu đa. 2 Chúng lên đường đi tới Ga li lê và đóng trại gần Mai xa lốt thuộc miền Ác bê lê. Chúng tiến chiếm thành ấy và giết hại nhiều người. 3 Tháng thứ nhất năm một trăm năm mươi hai, chúng đóng trại gần Giê ru s lem. 4 Rồi lại cùng với hai mươi ngàn bộ binh và hai ngàn kỵ binh đi tới Bê rê a. 5 Bấy giờ ông Giu đa đang đóng trại ở Ê l xa, có ba ngàn quân tinh nhuệ cùng ở với ông. 6 Khi thấy địch vừa đông vừa mạnh, quân của Giu đa rất sợ hãi; nhiều người bỏ donh trại trốn đi, chỉ còn lại tám trăm quân. 7 Ông Giu đa thấy đoàn quân của mình tán loạn lúc sắp phải giao tranh; lòng ông tan nát vì không còn

thì giờ để tập hợp họ. 8 Dù nao núng ông vẫn nói với những người ở lại: "Đứng lên nào! chúng ta cùng tiến lên chống lại quân thù; may ra có thể giương đầu với chúng!" 9 Nhưng họ ngăn ông và nói: " Lúc này chúng ta không thể làm gì khác hơn là cứu lấy mạng mình. Rồi đây chúng ta sẽ cùng với cả các anh em chúng ta quay trở lại và giao chiến chống lại chúng, vì hiện nay chúng ta qúa ít!" 10 Ông Giu đa trả lời: "Chạy trốn chúng ư! không đời nào tôi lại làm điều ấy. Nếu giờ của chúng ta đã điểm, thì vì anh em chúng ta, chúng ta sẽ chết anh hùng. Đừng làm gì phương hại đến thanh danh của chúng ta."

11 Đạo quân đối phương rời doanh trại và dừng lại để nghênh chiến. Kỵ binh chi thành hai đoàn; những người bắn ná bắn nỏ đi trước, cùng với quân xung phong gồm toàn những người thiện chiến. 12 Bắc khi đê ở bên cánh hữu. Quân sĩ hàng gàn lớp lớp từ hai phía tiến lên theo tiếng kèn; cả quân của ông Giu đa cũng thổi kèn. 13 Đất rung chuyển vì tiếng hò la của các đạo quân. Cuộc giao tranh bắt đầu từ sáng sớm kéo dài tới tối.

14 Khi ông Giu đa nhận thấy Bắc khi đê và lực lượng hùng mạnh của quân địch tập trung ở phía bên hữu, thì tất cả những người qủa cảm đều qui tụ ở bên ông. 15 và họ đập tan cánh quân phía bên hữu của quân địch. Họ đuổi theo chúng cho đến tận núi A đa ra. 16 Cánh quân bên tả thấy cánh quân bên hữu bị đánh tan, liền quay trở lại bám sát ông Giu đa và phe ông mà đánh tập hậu. 17 Cuộc giao tranh diễn ra thật l`ác liệt; đôi bên đều có nhiều người bị thương vong. 18 Cả ông Giu đa cũng tử trận; còn những người khác thì bỏ chạy.

22 Còn những chuyện khác liên quan đến ông Giu đa, đến các cuộc giao tranh, các chiến công của ông và các việc vĩ đại ông đã thực hiện, đã không được viết lại vì qúa nhiều!"

3) GIÔ NA THAN, NGƯỜI KẾ TỤC GIU ĐA MA CA BÊ

• Kể từ khi Giu đa mác ca bê chết, quần đảo Canarias vắng bóng một nhà lãnh đạo, trong khi đó Giô na than trở thành một nhà lãnh đạo chống lại với di chúc của Mattít gia, và anh ta trở thành một nhà lãnh đạo được phong tặng bởi những người ngoại bang và thân thiện với Rome và Sparta, và rơi vào tay của bạn bè thân thiện.

1 Maccabees 10. 18 - 21:

"Vua A lê xan đê gửi lời chò người aanh em Giô na than! 19 Chúng tôi nghe nói rằng ông là một chiến binh dũng cảm, xứng đáng là bạn của chúng tôi. 20 Vì thế hôm naya, chúng tôi đặt ông làm thượng tế của dân tộc ông và tặng ông danh hiệu bạn hữu đức vua - vua gửi cho ông Giô na than một áo đỏ thẩm và một triều thiên bằng vàng để ông cùng nghĩ đến ích lợi chung và giữ tình hữu nghị giữa chúng t."

21 Thế là Giô na than đã mặc phẩm phục thánh nhân dịp lễ Lều, tháng bảy năm một trăm sáu mươi. Ông đã tập hợp quân đội và chế tạo ra nhiều vũ khí.

Xem: Thư của Giô na than gửi cho người Sparta trong 1. Maccabees 12. 1 - 23

• Ma ca bê 12. 46 - 49:

"Vì cả tin, ông Giô na than đã làm như ông ta đã nói: ông cho binh lính giải ngũ và họ đã trở về đất Giu đa. 47 Nhưng thoạt khi ông Giô na than vào Pơ tô lê mi, dân thành liền đóng cổng lại. Họ bắt lấy ông, còn những người cùng đi với ông đều bị họ dùng gươm giết chết. 49 Try phôn si quân đội và kỵ binh đến miền Ga li lê và miền đồng bằng lớn tàn sát mọi người thuộc phe ông Giô na than.

4) NGƯỜI TÂY BAN NHA ĐÃ GIẢI THOÁT KHỎI DÂN NGOẠI TRONG ĐẤT CỦA CANARIAS VÀ CHIẾM ĐÓNG SANTA CRUZ DE TENERIFE, GIÊ RU SA LEM

a) THƯ CỦA VUA ĐÊ MẾT RI Ô GỬI CHO ÔNG SI MÔN:

"Vua Đê mết ri ô gửi lời chào ông Si môn là thượng tế và bạn hữu của vua cùng gởi lời chào các kỳ mục cũng như dân tộc Do thái! 37 Chiếc triều thiên bằng vàng và cành lá cọ anh em gửi chúng tôi đã nhận được; chúng tôi sẵn sàng làm hòa hẳn với anh em và viết cho các quan chức để họ miễn thuế cho anh em. 38 Tất cả những điều chúng tôi đã qui định cho anh em, nay vẫn còn giá trị; các pháo đài anh em đã xây cũng thuộc quyền anh em. 39 Chúng tôi miễn thứ cho anh em tất cả những sơ suất và lầm lỗi đã mắc phải từ trước đến nay, kể cả chiếc triều thiên mà anh em còn thiếu nợ; và nếu có thu khoản thuế nào khác ở Giê ru sa lem, thì nay không thu nữa. 40 Những người nào trong anh em có khả năng đăng ký vào đội cận vệ của chúng tôi, thì những người ấy được đăng ký. Ước gì có hòa bình giữa chúng ta,"

b) ÔNG SI MÔN ĐÃ CHIẾM ĐÓNG GIÊ RU SA LEM, SANTA CRUZ DE TENERIFE:

• Maccabees 13. 41 - 54:

Năm một trăm bảy mươi, dân Ít ra en đã được thoát khỏi ách thống trị của dân ngoại. 42 Dân bắt đầu ghi trên các văn thư và giao kèo: "Năm thứ nhất đời Si môn, đại nhân , thượng tế, tư lệnh và thủ lãnh dân Do thái."

43 Bấy giờ, ông Si môn đóng trại gần Ghe de và cho các đạo quân bao vây thành; Ông làm cái tháp lăn và đưa đến tấn công thành. Ông đánh hạ và chiếm được một tháp. 44 Những người ở trong tháp lăn ra nhảy bổ vào thành, gây ra náo loạn lớn. 45 Dân cư trong thành cùng với vợ con leo lên tường lũy, áo xống tả tơi. Họ kêu lớn tiếng van nài ông Si môn, xin cầu hòa và nói: " Xin ngài đừng xử với chúng tôi theo các việc gian ác của chúng tôi, nhưng theo lòng thương xót của ngài." 47 Ông Si môn đồng ý vàa không tấn công, nhưng trục xuất họ ra khỏi thành.

48 Ông trừ khử mọi thứ ô uế và cho những ai tuân giữ Lề luật được định cư trong thành, đoạn ông tăng cường phòng thủ thành và xây cất dinh thự cho mình tại đó.

49 Bấy giờ binh lính trong thành Lũy ở Giê ru sa lem bị ngăn cản không được ra vào miền ấy để mua bán; chúng thiếu thốn cực khổ và nhiều người trong họ đã chết đói. 50 Chúng kêu cứu ông Si môn xin cầu hòa và ông đã chấp nhận. Ông trục xuất chúng ra khỏi đó và thanh tẩy Thành Lũy cho sạch mọi điều nhuốc nhơ. 51 Người Do Thái vào thành Lũy ngày mười ba tháng hai năm một trăm bảy mươi mốt, giữa tiếng ca mừng và những cành lá cọ phấp phới, giữa tiếng hạc, tiếng cầm và tiếng não bạt vang rền, với tiếng hát thánh thi và thánh ca, bởi vì một kẻ thù ác hiểm đã bị loại ra khỏi Ít ra en. 52 Ông Si môn quyết định là hàng năm phải cử hành ngày đó thật tưng bừng, ông tăng cường phòng thủ núi đền thờ dọc theo thành lũy, rồi chính ông và những người theo ông đến cư ngụ ở đó. 53 Sau đó, khi thấy người con là Gio an đã trưởng thành, ông Si môn liền đặt lên làm tổng lãnh toàn thể quân đội. Ông này đã đến cư ngụ ở Ghe de.

c) CÁI CHẾT BI THẢM CỦA SI MÔN VÀ NGƯỜI KẾ TỤC GIOAN, VUA GIẢ ĐẦU TIÊN CỦA TÂY BAN NHA:

1. Maccabees 16. 11 - 23 - 24:

11" Pơ tô lê mai, con ông A bu bô, được đặt làm quân sự trông coi miền đồng bằng Giê ri khô. Ông ta có rất nhiều vàng bạc, 12 vì là con rể của thượng tế. 13 Ông ta sinh lòng tự cao, muốn chiếm lấy xứ và quyết định dùng mưu gian để tiêu diệt cha con ông Si môn. 14 Khi ấy, ông Si môn rảo qua các thành trong xứ lo sắp xếp công việc quản trị của thành ấy; ông xuống Giê ri khô cùng với các con là Mát tít gia và Giu đa. Bây giờ là năm một trăm bảy mươi bảy, tháng mười một, tức là tháng Sơ vát. 15 Với dụng tâm gian giảo, con trai ông A bu bô đón tiếp họ ở một pháo đài nhỏ, gọi là Đốc, do ông tái thiết. Ông ta mở tiệc thiết đãi họ, nhưng lại cho người ẩn nấp ở đó. 16 Khi cha con ông Si môn đã say, Pơ tô lê mai và những người thuộc phe ông ta xuất đầu lộ diện, vũ khí lăm lăm, xông vào ông Si môn đang ở trong phòng tiệc. Chúng giết chết ông và hai người con trai cùng với một số lính hầu. 17 Thế là ông ta đã phản bội trắng trợn, và đã lấy ác báo thiện.

18 Pơ tô lê mai làm bản báo cáo gửi về cho vua, để xin vua phái quân tiếp viện và trao vùng đất cũng như các thành phố người Do thái cho ông ta. 19 Ông ta còn phái một số người khác đến Ghe de để tiêu diệt ông Gio an; ông ta cũng gửi thư cho các người chỉ huy một ngàn quân, khuyên họ đứng về phe ông ta, để được bạc, vàng và tặng phẩm. 20 Ông ta còn phái một số người khác đến chiếm Giê ru sa lem và núi Đền thờ, 21 nhưng có một người đã mau lẹ về Ghe de báo cho ông Gio an biết rằng cha ông và các em ông đã chết, người ấy còn nói thêm: " ông ta còn sai người đến giết cả ông nữa!" 22 Nghe tin ấy, ông Gio an rất đỗi bàng hoàng; ông bắt những người đến định giết ông và đem giết đi, vì ông đã biết là chúng tìm cách giết ông. 23 Còn những việc khác liên quan đến ông Gio an, đến các cuộc giao tranh, các chiến công mà ông đã lập, cũng như việc tái thiết các tường lũy do ông thực hiện và các công trình khác, 24 thì tất cả các điều ấy đã được ghi chép trong cuốn sách sử biên niên thời ông làm thượng tế, bắt đầu từ khi ông giữ chức thượng tế thay cho thân phụ ông."

San Andrés – la huella de la guerra.

San Andrés - chứng tích của chiến tranh.

PLAZA TOROS

Los canarios no tienen la costumbre de matar a los toros, sólo los
españoles.
Plaza Toros, lugar donde ejecutar la muerte y oprimir esclavizando a
los cortesanos de Dios, con la arquitectura romana en Santa Cruz de
Tenerife.

PLAZA TORO

Người Canarias không có thói quen giết bò tót đó là truyền thống của người
Tây Ban Nha.
Plaza Toro, nơi xử tử và đàn áp các cận thần của Chúa bị bắt làm nô lệ, với
kiến trúc La Mã tại Santa Cruz de Tenerife.

LA MONTAÑA DE CINCO LÍDERES: LA MONTAÑA NGŨ HÀNH SƠN- ĐÀ NẴNG

Según la Biblia, Abraham cuando oyó que Lot, su sobrino, estaba encarcelado por los aborígenes del lugar, llevó a todos sus hombres con las armas y mató a todos los reyes de allí.

Y ese lugar es Vietnam. La montaña de los cinco reyes.

NÚI CỦA NĂM VỊ VUA: NÚI NGŨ HÀNH SƠN- ĐÀ NẴNG

Theo Kinh thánh, Áp-ra-ham khi nghe tin Lót, cháu trai của mình bị thổ dân nơi đó giam cầm, nơi ông sống. Vì vậy, ông đã lãnh đạo tất cả người của mình với vũ khí và giết tất cả các vị vua ở đó. Và nơi đó là Việt Nam. Ngọn núi của năm vua.

REGRESA AL REMOTO PASADO

El viaje de Lot:

En Canarias nunca hay diluvio, pero en Vietnam sí; todos los años tiene un diluvio.

Lot había sido salvado por Dios en el diluvio, pero su mujer no hizo caso a Dios y dio la vuelta para mirar atrás; por eso se petrificó en un bloque de sal. Y este bloque de piedra está en el norte de Vietnam y se llama Hòn Vong Phu, que significa "la roca de la esposa que espera a su marido".

TRỞ VỀ VỚI QÚA KHỨ XA XÔI

Hành trình của Lot:

Quần đảo Canarias không bao giờ có lũ, nhưng Việt Nam thì có, năm nào cũng có lũ. Lot, đã được Chúa cứu trong trận lụt, nhưng vợ ông, vì không để ý đến lời Chúa, đã quay lại phía sau, vì lý do đó vợ ông đã hóa đá thành một khối muối. Còn khối đá trắc này vẫn còn ở miền Bắc Việt Nam và được gọi là "Hòn Vọng Phu", có nghĩa là: "Hòn non bộ vợ đợi chồng".

LAS ESTRELLAS

El cielo azulado un color mármol cristalizado
La luna fría aislada se transformó en la sonrisa
Que conmueve al poeta empapado de miles de lágrimas
Esta noche recuerdo mucho los cielos estrellados en Vietnam
Que iluminaban en todo espacio una zona
Santa Cruz la ciudad hermosa – destrozada no tiene estrellas
¿O los ríos llevaron las estrellas iluminadas sin retornar?
A las más lejanas nubes flotantes – vientos errantes – lluvias miles.
En los puertos, entre los ríos secos, yo sigo esperando.

NHỮNG NGÔI SAO

Bầu trời xanh thẫm một màu ngọc bích
Trăng lạnh chơ vơ chuyển nụ cười
Chạnh lòng thi nhân ướt đẫm lệ ngàn
Đêm nay ta nhớ qúa những bầu trời sao ở Việt nam
Tỏa khắp không gian sáng một vùng
Santa Cruz thành phố diễm lệ điêu tàn không có sao
Hay những dòng sông xanh đã chở những ngôi sao sáng đi mãi không về?
Biền biệt mây trôi gió bạt mưa ngàn
Trên những bến đò, giữa những dòng sông khô cạn ta vẫn đợi vẫn chờ.

CANAÁN – CANARIAS Y VIETNAM, LA TIERRA PROMETIDA

La Biblia ante todo es un libro histórico escrito en un lenguaje alegórico; dijo que Canaán es la tierra llena de miel y leche, en la que no podían entrar ni Moisés ni Josué. Aunque Josué entró en el oeste y al oriente del río Jordán, exactamente Canarias y Vietnam. Canarias está situada al oeste y Vietnam en el oriente. Antes Canaán era muy grande. Lot, sobrino de Abraham, llegó al oriente, Vietnam, y habitó allí, mientras Abraham se quedó en Canarias. Josué, de raza de Jacob y egipcios, entró en Vietnam y mató a cinco reyes, y después de morir Josué, los israelitas descendientes de Jacob son los Cham actuales que ahora viven en Vietnam; y mataron a setenta reyes. Aunque ni así pudieron echar a los verdaderos aborígenes Cham, que son ahora vietnamitas. Por eso los franceses, cuando vinieron a Vietnam, no pararon de explotar y usurpar la minas de oro, plata y de otros minerales; del mismo modo los españoles invadieron y explotaron la tierra de Canarias.

La suerte es que no pudieron explotar todo y Aroma Profundo sabe por qué y sabe dónde está el lugar en que queda la mina de oro, pero no tiene que decirlo ahora.

Y la suerte es que Canarias se salvó, por la obra de Dios, de la mano sangrienta de Josué, y por eso, aunque los europeos son jactanciosos y se creen ricos, en realidad son pobres. Las fotos que enseña Aroma Profundo parecen los lugares destrozados de Santa Cruz de Tenerife, pero son importantes porque en su interior, debajo, tienen minas de oro.

CANAAN - ĐẢO CANARIAS VÀ VIỆT NAM LÀ MIỀN ĐẤT HỨA

Kinh thánh trước hết là một cuốn sách lịch sử, được viết bằng ngôn ngữ ngụ ngôn, kinh thánh viết rằng Ca-na-an là vùng đất đầy mật ong và sữa, mà cả Môi-se và Giô-suê đều không thể vào được. Mặc dầu vậy Giô-suê đã đi vào phía tây và phía đông sông Gio-đan, nhưng đó chính xác là Canarias và Việt nam. Canarias nằm ở phía Tây và Việt nam nằm ở hướng Đông.

Canaan trước đây rất lớn. Lót, cháu của Áp-ra-ham, đến miền đông Việt Nam và sống ở đó, trong khi Áp-ra-ham ở lại quần đảo Canarias.

Giô-suê cùng dòng dõi Gia-cóp và người Ai-cập vào Việt Nam giết năm vua, sau khi Giô-suê chết thì dân Y-sơ-ra-ên thuộc dòng dõi Gia-cóp là người Chăm hiện nay sống ở Việt Nam, đã giết bảy mươi vua. Dù vậy, họ không thể đánh đuổi những thổ dân Chăm thực thụ, vốn là người Việt Nam hiện nay. Và đó là lý do tại sao người Pháp khi sang Việt Nam đã không ngừng thăm dò, chiếm đoạt các mỏ vàng bạc, khoáng sản. cũng như người Tây Ban Nha đã xâm chiếm và khai thác đất Canarias.

May mắn thay, họ đã không thể khám phá tất cả chúng và Thúy Hương biết tại sao và ở đâu mỏ vàng vẫn còn, nhưng Thúy Hương không cần phải nói điều đó bây giờ.

Và điều may mắn là quần đảo Canary được cứu bởi công trình của Chúa trong bàn tay đẫm máu của Josué, và vì thế, người châu Âu tuy khoe khoang rằng họ giàu có, nhưng thực tế họ lại nghèo. Và những bức ảnh mà Thúy Hương dẫn chứng có vẻ giống như những nơi bị phá hủy của Santa Cruz de Tenerife, nhưng chúng rất quan trọng, vì nó có các mỏ vàng bên dưới.

LA PRIMERA ALIANZA DE DIOS CON NOÉ:

Como escribió Aroma Profundo en artículos anteriores, Abraham no era judío, venía de Egipto y residía en Jerusalén. Luego canceló el pacto del Señor, en contra de la palabra de Dios, de instituir un holocausto que estaba prohibido por Dios benévolo. Lo siguiente es el certificado del pacto del Señor con Noé:

Génesis 9. 1 – 4:
"Bendijo Dios a Noé y a sus hijos, diciéndoles: "Procread y multiplicaos y llenad la tierra; 2 que os teman y de vosotros se espanten todas las fieras de la tierra, y todos los ganados, y todas las aves del cielo; todo cuanto sobre la tierra. Se arrastra y todos los peces del mar, los pongo de comida, y asimismo os entrego toda verdura. 4. Solamente os abstendréis comer carne con su alma, es decir su sangre."
Génesis 12:
"Y añadió Dios: "Ved aquí la señal del pacto que establezco entre mí y vosotros, por generaciones sempiternas."
Génesis 13:
"Pongo mi arco en las nubes para señal de mi pacto con la tierra."

Y por eso, podemos comer toda la comida, todos los animales, excepto los que tienen sangre. Por ejemplo, sólo podéis comer: almeja, caracoles, calamar, pulpo, pez pequeño que no tiene sangre, cangrejo, huevo…

GiAO ƯỚC ĐẦU TIÊN CỦA ĐỨC CHÚA TRỜI VỚI ÔNG NÔ Ê

Như Thúy Hương đã viết trong những bài trước, Abraham không phải là người Do Thái, ông đã đến từ Ai cập và đã cư ngụ tại Giê ru sa lem. Rồi ông đã hủy bỏ giao ước của Chúa, làm trái lời Chúa là lập ra lễ toàn thiêu là điều mà Đức Chúa Trời nhân từ đã ngăn cấm. Sau đây là chứng chỉ giao ước của Chúa với ông Nô ê:

Sáng thế ký 9. 1 - 4:

"Đức Chúa Trời ban phước cho Nô-ê và các con trai của ông, phán rằng: Hãy sinh sôi nảy nở, làm cho đầy dẫy đất; 2 rằng muôn thú dưới đất, mọi gia súc và chim trời đều phải kính sợ anh em và các ngươi; mọi thứ trên trái đất. Nó bò và tất cả cá dưới biển, tôi cho chúng làm thức ăn, và tôi cũng cho bạn tất cả rau. 4. Ngươi sẽ chỉ không ăn thịt với linh hồn của nó, tức là máu của nó. "

Sáng thế ký 12:

"Và Đức Chúa Trời nói thêm:" Hãy xem đây là dấu hiệu của giao ước mà ta thiết lập giữa ta và ngươi, cho các thế hệ đời đời. "

Sáng thế ký 13:

"Ta đặt cây cung của mình trên mây như một dấu hiệu của hiệp ước của ta với trái đất."

Và vì thế, chúng ta có thể ăn mọi thức ăn, mọi động vật, trừ những loài có máu. Ví dụ, bạn chỉ được ăn: , nghêu, sò, ốc , hến, mực, bạch tuộc, các loại cá nhỏ không có máu, cua, trứng ...

EL CASTILLO DE LOS REALEJOS

Todos los lugares donde ha estado Aroma Profundo son señales
proféticas.

Por eso fue Aroma Profundo a Los Realejos y el Espíritu la llevó a una casa
Real de abuelos en otra vida, que hoy ocupa un alemán.

La pregunta: ¿Es normal que viva un alemán en un castillo que tiene
escudo Real del rey de los canarios?

TÒA LÂU ĐÀI Ở LOS REALEJOS

Tất cả những nơi mà Thúy Hương đã từng đi qua đều là những dấu hiệu
tiên tri.

Đó là lý do tại sao Thúy Hương đến Realejos và thần khí đã đưa Thúy
Hương đến một lâu đài của ông bà nội trong kiếp trước, nơi đang bị độc
chiếm bởi một người Đức.

Câu hỏi: Có bình thường không nếu một người Đức lại sống trong một lâu
đài có vương miện của Vua của người Canarias?

El castillo de los Realejos - Lâu đài los Realejos

La corona - Vương miện

¿El color del sol por qué parece plateando el diamante?
una tarde como esta tarde
el sueño no era real
me había extraviado por el verde umbral
donde paseaba en el infinito.

Màu của mặt trời sao giống ánh bạc của kim cương?
một buổi chiều như là chiều nay
giấc mơ đã không là thực
ta đã đi lạc qua một ngưỡng cửa xanh
nơi mà ta đã dạo chơi trong cái không cùng.

LA ÚLTIMA CENA

Leonardo da Vinci pintó el célebre cuadro "La última cena", donde Jesús y
sus doce discípulos están majestuosos en un lugar parecido a la planta de
una cámara de estilo romano.
Esto no es verdad; la verdad es que antes de suceder la ejecución de la
condena a muerte, Jesús estaba encerrado en la planta de psiquiatría, planta
8, del Centro Universitario Nuestra Señora de la Candelaria.
Y "La última cena" sucedió en el comedor de esa planta 8, con los
pacientes de enfermedad mental.

BỮA ĂN TỐI CUỐI CÙNG

Leonardo de Vinci đã vẽ bức tranh nổi tiếng "Bữa ăn tối cuối cùng", trong
đó Chúa Giê-su và mười hai môn đồ của ngài ở một nơi uy nghi tương tự
như một thính phòng kiểu La Mã.

 Điều này không đúng, đều hợp lý là trước khi vụ thi hành án tử hình xảy
ra, Chúa Giê su đã bị nhốt trong bệnh viện tâm thần Candelaria.

Và "bữa tối cuối cùng" đã diễn ra trong phòng ăn trên tầng 8, với những
bệnh nhân tâm thần.

La última cena - Bữa ăn cuối cùng

¿CÓMO ERA CANARIAS ANTES DE LA PRESENCIA DE LOS ESPAÑOLES?

Los españoles dijeron que Canarias es una isla pequeña, volcánica, con una edad máxima de 20 mil años, y calcularon que tiene 7.273 km2, que era pobre y que los guanches vivían en cuevas y que gracias a la conquista por los españoles hace 500 años, se curaron muchas enfermedades, porque los guanches vivían muy sucio.
Esto es pura mentira.
Lo primero: Aroma Profundo en otro escrito hizo un cáculo, en otra escritura la edad primitiva de Canarias era de 11.851 años.
Lo segundo: ¿cómo una isla tan inmensa como las islas Canarias tiene un cálculo de sólo 7.273 km2? Los españoles querían borrar el mapa de las islas, y por eso se las pone en el mapa mundial en tamaño pequeño, como si casi no existieran.
Lo tercero: ¿cómo vivían los canarios antes de llegar los españoles?
Lo podemos ver en la descripción de la Biblia. -(nota; en una anterior escritura Aroma Profundo ya ha demostrado que Canarias es la tierra prometida, Canáan, y Santa Cruz de Tenerife es Jerusalén.):

Números: 13. 7- 20; 13 – 27 – 28:
"13Mandolos, pues, Moisés a explorar la tierra de Canaán, diciéndoles: "Subir de aquí al Neguel; después subid a la montaña, 18 y observad la tierra cómo es, qué gente, la habita, si fuerte o floja, si poca o mucha, si buena o mala, cuáles son ciudades, si abiertas o amuralladas.
13. 27 "e hicieron relación a ellos y a toda la asamblea, mostrando a la tierra a donde nos mandasteis, en verdad mana, leche y miel, ved sus frutos.
28 pero la gente que la habita es fuerte, y sus ciudades son muy grandes y están amurallas"

ĐẢO CANARIAS ĐÃ NHƯ THẾ NÀO TRƯỚC SỰ HIỆN DIỆN CỦA TÂY BAN NHA?

Người Tây Ban Nha nói rằng quần đảo Canarias là một hòn đảo núi lửa nhỏ có tuổi tối đa là 20 nghìn năm, tính ra là 7.273 km, nó là nghèo nàn, người Guanches sống trong hang động và cuộc chinh phục là 500 năm và nhờ người Tây Ban Nha chữa nhiều bệnh được chữa khỏi, bởi vì họ là những người Guanches sống rất bẩn.

Đây là một sự dối trá.

Thứ nhất: Thúy Hương trong một bài viết trước khác đã thực hiện một phép tính, chỉ trong thời đại nguyên thủy của Quần đảo Canarias tuổi của nó đã là: 11. 851 năm

Điều thứ hai: Làm sao một hòn đảo rộng lớn như quần đảo Canarias mà họ chỉ tính ra là 7.273 km? Người Tây Ban Nha muốn xóa bản đồ của các hòn đảo, và đó là lý do tại sao họ đặt nó trên bản đồ thế giới thật là nhỏ bé như thể chúng không tồn tại.

Thứ ba: người Canarias sống như thế nào trước khi người Tây Ban Nha đến? Chúng ta có thể thấy trong mô tả của Kinh thánh - (lưu ý: trong phần viết trước Thúy Hương đã chỉ ra rằng Quần đảo Canarias là miền đất hứa của Canaan, và Santa Cruz de Tenerife là Giê rusa lem):

Sách dân số: 13. 7- 20; 13 - 27 - 28:

13 Môi-se truyền lệnh cho họ khám phá xứ Ca-na-an và nói với họ: "Hãy từ đây đi lên Nê-gôn; 18 rồi đi lên núi và quan sát xem đất đai nó như thế nào, dân cư sinh sống ra sao, mạnh hay yếu, ít hay nhiều, tốt hay xấu, những thành phố là gì, nếu mở hay có tường bao quanh.

13. 27 "và họ liên quan đến họ và cho toàn thể hội, cho thấy đất mà bạn đã gửi cho chúng tôi, thực sự là mùa xuân, sữa và mật ong, xem hoa trái của nó. 28 nhưng dân ở thì đông, thành của họ rất lớn và có tường bao quanh "

En otra escritura, Aroma Profundo demostró que el territorio de Jerusalén, Santa Cruz de Tenerife, era grande hasta Vietnam y es capital del reino de Israel, que se extendió desde Susan hasta la India antigua.

Los gentiles europeos invadieron Jerusalén y quieren borrar el mapa de Vietnam y Santa Cruz de Tenerife, por eso la moneda de un dólar tenía una S con una raya y la bandera blanquiazul de Tenerife tiene dos rayas.

La bandera escocesa de Gran Bretaña es exactamente igual que la bandera de Tenerife, y eso demuestra que lo que dice Aroma Profundo es exacto, que Susan era otra gran capital de Israel y era Inglaterra, y forma parte del territorio y llegó hasta Escocia. Los gentiles egipcios, los romanos y la reina Isabel ocuparon EE.UU. e Inglaterra de manera ilegal, pues son reinos de Jesús.

CỜ TRẮNG XANH CỦA TENERIFE

Trong một bài viết khác, Thúy Hương đã cho thấy rằng lãnh thổ của Giê ru sa lem, Santa Cruz de Tenerife rộng lớn cho đến tận Việt Nam và là thủ đô của vương quốc Do Thái cổ đại kéo dài từ Susan đến Ấn Độ cổ đại.
Người Châu Âu ngoại bang xâm chiếm Giê ru sa lem đã muốn xóa bản đồ Việt Nam và Santa Cruz de Tenerife, vì vậy đồng một đô la có chữ S với một sọc gạch $ và lá cờ xanh và trắng của Tenerife có hai sọc.
Cờ escocia của Vương quốc Anh cũng giống hệt như cờ của Tenerife, điều đó cho thấy những gì Thúy Hương nói là chính xác, rằng Susan, là một thủ đô chính khác của Do Thái cổ đại và là nước Anh và nó là một phần lãnh thổ của Giê ru sa lem chạy dài cho đến đến Escocia. Người Ai Cập ngoại bang, người La Mã và nữ hoàng Isabel đã chiếm đóng bất hợp pháp nước Hoa Kỳ và nước Anh là vương quốc của Chúa Giê su.

La bandera blanquiazul de Tenerife - Cờ trắng xanh của Tenerife.

La bandera de Escocia - Cờ Scotland.

LA ARQUITECTURA DE MADERA Y DE METALES DE JERUSALÉN, SANTA CRUZ DE TENERIFE

En el tiempo antaño, la primitiva arquitectura de Jerusalén no sólo fue de piedra negra y ladrillo rojo con el betún negro, sino también de madera y metales.

Aroma Profundo extrae de la Biblia, del libro de Nehemías 1. 8: "y otra carta para Asaf, guardabosque del rey, para que me facilite maderas y viguería para las puertas de las ciudadelas vecinas a la casa, para las murallas de la ciudad y para la casa que yo he de habitar. Diome el rey estas cartas, pues la buena mano de mi Dios estaba sobre mí".

Nehemías 3. 8: "Junto a ellos trabajó Uziel, hijo de Jarayas, de los fundidores, y a su lado Ananías, de los perfumistas, y reconstruyeron Jerusalén hasta la muralla ancha".

E incluso hasta el oficio de perfumista ya existía en aquel tiempo.

KIẾN TRÚC GỖ VÀ KIM LOẠI CỦA JERUSALEM, SANTA CRUZ DE TENERIFE

Vào thời cổ đại, kiến trúc nguyên thủy của Giê ru sa lem không chỉ được làm bằng đá đen và gạch đỏ với bitum đen, mà còn bằng gỗ và kim loại.

Thúy Hương trích từ Kinh thánh của sách Nê-hê-mi 1. 8: "và một lá thư khác gửi cho Asaf, người làm rừng của nhà vua để cung cấp cho tôi gỗ và xà ngang cho cổng của các thành bên cạnh nhà, cho các bức tường thành và cho ngôi nhà mà tôi phải ở. Nhà vua đưa cho tôi những lá thư này, vì bàn tay nhân hậu của Đức Chúa Trời tôi đã ở trên tôi.

Nemias 3. 8: "Uzziel, con trai của Jarayas, của các lò luyện kim, đã làm việc cùng với họ, và cùng với Ananias, của những người làm nước hoa, đã xây dựng lại Giê ru sa lem cho đến tận bức tường rộng."

Và thậm chí, cho đến sự nghiệp nước hoa, nó đã tồn tại ở thời điểm đó.

EL PARAÍSO EDÉN

"Los ríos van a la mar y la mar no se llena. De ahí retornan de nuevo a donde nacieron."
"Plantó luego Yavé Dios un jardín en Edén, al oriente, y allí puso al hombre a quien formara.
9 Hizo Yavé Dios brotar en él de la tierra toda clase de árboles hermosos a la vista y sabrosos al paladar, y en medio del jardín el árbol de la vida y el árbol de la ciencia del bien y del mal. 10 Salió de Edén un río que regaba el jardín y de allí se partía en cuatro brazos. 11 El primero se llama Pisón, y es el que rodea toda la tierra de Evila, donde abunda el oro, 12 un oro muy fino, y además bedelio y ágata; 13 y el segundo se llama Guijón, y es el que rodea toda la tierra de Cus; 14 el tercero se llama Tigris y corre al oriente de Asiria; el cuarto es el Éufrates." Génesis.
Palabra de Jesús Cristo: "Nadie puede ver el reino de Dios si no nace de nuevo."
Aroma Profundo descubrió que el paraíso Edén está en el parque Marítimo, en el jardín Palmetum.

VƯỜN ĐỊA ĐÀNG EDEN

"Những sông đổ ra biển và biển không lấp đầy. Những con sông lại quay về biển, nơi nó được sinh ra. "

"Bấy giờ, Giê-hô-va Đức Chúa Trời đã trồng một khu vườn ở Ê-đen, ở phía đông, và đặt người mà Ngài đã tạo thành. 9 Giê-hô-va Đức Chúa Trời đã làm cho mọi loại cây mọc ra khỏi đất, đẹp đễ để nhìn và ngon miệng, và ở giữa vườn, cây sự sống và cây biết điều thiện và điều ác. 10 Một dòng sông chảy ra từ vườn Ê-đen, tưới vườn, và từ đó nó chia thành bốn nhánh. 11 nhánh thứ nhất tên là Piso, nó là cái bao quanh tất cả xứ Evila, nơi có nhiều vàng, 12 loại vàng rất mịn, cũng như hoa trà và mã não; 13 và nhánh thứ hai được gọi là Guijón, và nó là cái bao quanh tất cả vùng đất Cush; 14 nhánh thứ ba được gọi là Tigris và chạy về phía đông của Assyria; thứ tư là Euphrates "Genesis.

Lời của Chúa Giê Su Ky Tô: "Không ai có thể nhìn thấy vương quốc của Đức Chúa Trời nếu người đó không được tái sinh"

Thúy Hương đã khám phá ra vườn địa đàng Eden nằm ở công viên Marítimo, nơi có vườn cau.

Un ricón del jardín Edén - Lugar que mira hacia la mina del oro

Một góc của vườn địa đàng - Nơi nhìn ra phía mỏ vàng

El río del jardín Edén: "Salió de Eden un río que regaba el jardín y de allí se partía en cuatro brazos."

Dòng sông của vườn Ê-đen: "Một dòng sông chảy ra từ vườn Ê-đen tưới vườn và từ đó nó tách ra làm bốn nhánh."

El jardín Eden - Vườn điạ đàng Ê đen.

LA TÚNICA DE JESÚS

La iglesia pintó la imagen de Jesús con una espléndida túnica antes de su ejecución, pero de hecho, la bata de Jesús es la de un enfermo mental.

CHIẾC ÁO CHOÀNG CỦA CHÚA GIÊSU

Nhà thờ đã vẽ nên hình ảnh của Chúa Giê su trong một chiếc áo choàng lộng lẫy trước khi Ngài bị hành hình, nhưng thật ra, chiếc áo choàng của Chúa Giêsu là chiếc áo của người bệnh tâm thần.

CHARLES DARWIN

Aroma Profundo leyó a Charles Darwin cuando era pequeña, sobre los diez años de edad, y no estaba de acuerdo con su teoría de que el hombre es el progreso de un mono.

La Biblia dice que Dios creó al hombre semejante a su imagen y también el universo. ¿Cómo puede explicar la ciencia a la gente que un big bang hizo el cielo, el río, la montaña y la llanura?

La reina Isabel de Inglaterra es católica y entonces debe adorar a Dios y también su pueblo, porque ella es la reina.

La paradoja es que el billete de 10 libras del Banco de Inglaterra manifestó una creencia diferente de ella y de este pueblo, porque tiene dos caras; en una está la imagen de la reina y en la otra la imagen de Charles Darwin, como si fuera su Dios.

CHARLES DARWIN

Thúy Hương đã đọc Charles Darwin khi còn nhỏ, lúc mới 10 tuổi, và đã không đồng ý với lý thuyết cho rằng con người là sự tiến hóa của một con khỉ.

Lý thuyết này bác bỏ sự tồn tại của Chúa và sự sáng tạo của Ngài, và do đó, con người sẽ phải rất hạnh phúc cho rằng tổ tiên của mình là một con khỉ. Nhưng không phải như vậy, tại sao ai cũng cảm thấy bị xúc phạm khi bị ai đó gọi là khỉ.

Kinh thánh viết rằng Đức Chúa Trời đã tạo ra con người giống như hình ảnh của Ngài và cả vũ trụ.

Làm thế nào người ta có thể giải thích khi khoa học đã cho rằng một tiếng nổ bing bang lớn đã tạo ra bầu trời, sông, núi và đồng bằng?

Nữ hoàng Isabel của Anh là người theo đạo thiên chúa và sau đó bà cũng phải tôn thờ Chúa và dân tộc của mình, bởi vì bà là một nữ hoàng.

Điều nghịch lý là tờ tiền 10 bảng Anh lại thể hiện niềm tin khác biệt giữa bà và dân tộc của bà, bởi vì nó có hai mặt, một mặt có hình ảnh của bà ấy và mặt kia có hình Charles Darwin như thể ông là Chúa của họ.

seis días de la creación - Sáu ngày của sự sáng tạo

LA MONEDA DE DIOS

San Lucas 20. 23-25

"Viendo Él su malicia, les dijo Jesús: ¿De quién es la efigie y la inscripción que tiene? Dijeron: Del César. 25 Y Él les respondió: Pues dad al César lo que es del Césarr y a Dios lo que es de Dios."

En un sueño prodigioso, dijo Dios a Aroma Profundo que tenía que buscar la moneda de un dólar. Cuando se despertó, Aroma Profundo buscó y encontró una moneda de Dios; lo extraño es que la imagen en la moneda se parece exactamente a Aroma Profundo.

Aroma Profundo también encontró la moneda del César, quien usurpó el trono de Jesús hace dos mil años. La figura tiene la inscripción S/C, que significa Santa Cruz.

ĐỒNG TIỀN CỦA CHÚA

San luca 20. 23 -25:

"Thấy sự ác ý của anh ta, Đức Giêsu nói với anh ta:" Nó có hình nộm và chữ khắc của ai? Họ nói: Từ Cesar. 25 Ngài trả lời cho họ rằng: Hãy trả cái gì của Cesar cho Cesar và cho Đức Chúa cái gì của Đức Chúa. "

Trong một giấc mơ tiên tri, Chúa đã nói với Thúy Hương rằng con phải tìm đồng 1 đô la, khi thức dậy Thúy Hương đã tìm và tìm thấy hình dólar 1 đồng của Chúa, điều lạ lùng là hình trong đồng tiền giống y như Thúy Hương.

Thúy Hương cũng đã tìm ra đồng tiền của Cesar, kẻ đã cướp ngôi Chúa Giê su 2000 năm về trước. Hình có khắc hai chữ S/ C, có nghĩa là Santa Cruz

La moneda de Cesar – Đồng tiền của Cesar.

La imagen en la moneda es la madre de Aroma Profundo.

Hình trong đồng tiền là mẹ của Thúy Hương.

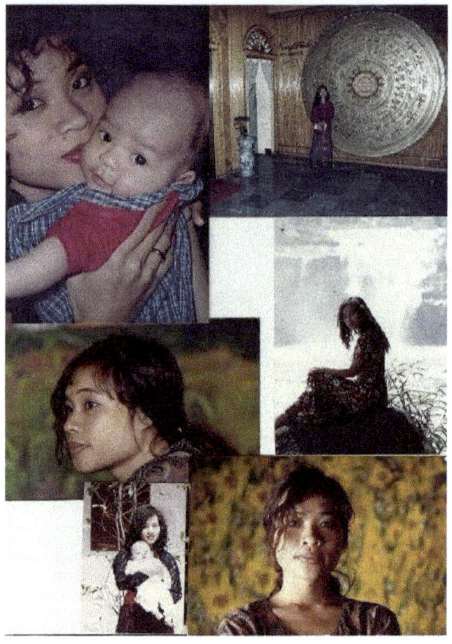

Foto del retrato de Aroma Profundo y sus dos hijos

Hảnh chân dung của Thúy Hương và hai con trai.

JESÚS ES EL REY DE LA NACIÓN CHAM, EL PUEBLO JUDÍO ANTIGUO

La Iglesia católica ha dicho que Jesús era el hijo de la Virgen María, y que heredó la propiedad de su padre adoptivo, José, un carpintero.

Eso no es cierto, pues si Jesús hubiese sido tan pobre, nadie lo mataría.

De hecho, Jesús es el hijo y único heredero del rey Asuero y de la reina Vasti.

El libro bíblico afirma que el rey Asuero gobernó desde la India hasta Etiopía, 127 naciones; y la reina Vasti fue una vietnamita, del antiguo Cham.

Entonces, cuando la corte romana ejecutó a Jesús, grabaron en la cruz en tres idiomas que éste era el rey de los judíos.

Esto también explica que Jesús preferiría morir antes que negar que era rey.

La sentencia de muerte de Jesús sigue siendo válida hasta el día de hoy; entonces ¿que pensarán los abogados del mundo sobre esta injusticia?

CHÚA GIÊ SU LÀ VUA CỦA DÂN TỘC CHAM, DO THÁI CỔ ĐẠI

Nhà thờ công giáo đã nói rằng chúa Giê su là con của Đức Mẹ Maria đồng trinh, thừa hưởng tài sản của người cha nuôi Giu se, một người thợ mộc.

Điều đó không đúng, nếu Chúa Giê su nghèo như vậy thì ai giết Chúa làm gì.

Thật ra, Chúa Giê su là con và là người thừa kế duy nhất của vua Asuero, và hoàng hậu Vasti.

Sách kinh thánh viết rằng vua Asuero trị vì từ ẤN độ cho đến Ê thi óp, 127 nước; và hoàng hậu Vasti là người Việt nam, Champa cổ đại.

Cho nên, khi toà án La mã xử tử Chúa Giê su thì họ đã khắc lên cái thập gía rằng đây là vua dân Do Thái bằng ba thứ tiếng.

Điều này cũng giải thích rằng Chúa Giê su chẳng thà chịu chết chứ nhất định không phủ nhận mình là vua.

Bản án tử hình Chúa Giê su vẫn còn hiệu lực cho tới ngày nay, vậy các luật sư trên thế giới sẽ nghĩ như thế nào về sự bất công này?

LA ADORACIÓN

En el taoísmo la gente adora a sus antepasados y, ante todo, a su rey y a su dios superior, el Dios del cielo y de la tierra.

En Vietnam, en el tiempo pasado, el pueblo adoraba a su rey hasta que cambió la política con el partido republicano y el comunismo.

Lo más raro es que los canarios adoraban al rey español, que es su enemigo e invasor de su tierra.

¿Acaso no es una vergüenza?

SỰ THỜ PHƯỢNG

Trong Đạo giáo, mọi người thờ cúng tổ tiên của họ, trước hết là vua và ông Trời, vị thần tối cao của trời và đất.

Ở Việt Nam, trong thời gian trước, dân chúng thờ vua của họ cho đến khi có sự thay đổi chính trị bằng Đảng Cộng hòa và Chủ nghĩa Cộng sản.

Điều kỳ lạ nhất là những người dân Canarias lại thờ vua Tây Ban Nha, là vua của kẻ thù đã xâm lược vùng đất của họ.

Thật là một sự đáng xấu hổ phải không?

LA RAÍZ JUDÍA VERDADERA DEL PUEBLO VIETNAMITA

Binh Nguyen Loc escribió en su libro "La raíz malaya del pueblo vietnamita" que los antepasados de los vietnamitas son malayos, y vosotros ya sabéis que no es así. Los vietnamitas son israelíes aborígenes, familia materna de Aroma Profundo. Y no todos los sudamericanos son israelíes aborígenes, sino que la mayoría son de raza de Jacob y sólo un par de pueblos entre ellos son israelíes aborígenes. Por ejemplo, los aborígenes mejicanos.

En el libro "Vietnam - historia del Sur", de Phan Khoang, aunque no se llegó a escribir la verdad del origen del pueblo vietnamita, hay un detalle exacto, y es que en el antiguo tiempo de la champa feudal, antigua dinastía vietnamita, había un soldado que llevaba el apellido "Pham (Fam)" que por dinero traicionó a su pueblo, y congenió y adulteró con los chinos, que mataron a todos los reyes y cortesanos vietnamitas y luego colonizaron y usurparon su territorio.

El nombre vietnamita significa "sublime del Sur", cambiado por su nombre original, Cham, desde que los chinos colonizaron Vietnam durante mil años.

Y los restos Cham que viven en Vietnam son israelíes de la raza de Jacob.

NGUỒN GỐC DO THÁI CỦA DÂN DÂN TỘC VIỆT NAM

Bình Nguyên Lộc đã viết trong cuốn sách: "Nguồn gốc Mã Lai của người Việt" rằng tổ tiên của người Việt là người Mã Lai, và bạn đã biết rằng không phải như vậy. Người Việt Nam là người Cham thuộc thổ dân Do thái, họ ngoại của Thúy Hương. Và không phải tất cả người Nam Mỹ đều là thổ dân Do thái, nếu không muốn nói là đa số thuộc chủng tộc Gia cóp lai gốc Ai cập, và chỉ một vài người trong số đó là thổ dân Do thái. Ví dụ: thổ dân Mexico.

Trong cuốn "Việt Nam - lịch sử phương Nam" của Phan khoang có một chi tiết chính xác, mặc dù ông không viết đúng nguồn gốc của người Việt, đó là ngày xưa của champa phong kiến, triều đại người Việt cổ, có một người lính mang họ " phạm" đã phản bội dân tộc mình, vì tiền mà kết giao, thông dâm với người Tàu và giết hết các vua và triều thần Việt Nam, sau đó bị Tàu thống trị và chiếm đoạt lãnh thổ Việt Nam.

Tên tiếng Việt nam có nghĩa là "siêu việt của phương Nam", được đổi theo tên gốc Chăm kể từ khi Trung Quốc đô hộ Việt Nam 1000 năm. Và những người Chăm còn sống ở Việt Nam là những người Do thái thuộc chủng tộc Gia cóp lai gốc Ai cập.

CANAÁN - CANARIAS Y VIETNAM, LA TIERRA PROMETIDA

La Biblia ante todo es un libro histórico escrito en un lenguaje alegórico que dijo que Canaán es la tierra llena de miel y leche en la que no podían entrar ni Moisés ni Josué. Aunque Josué entró en el oeste y en el oriente, que exactamente son Canarias y Vietnam. Canarias está situada en el oeste y Vietnam en el oriente. Canaán antes era muy grande. Lot, sobrino de Abraham, llegó al oriente, que es Vietnam, y habitó allí, mientras que Abraham se quedó en Canarias.

Josué y los israelíes de la raza de Jacob y egipcios entraron en Vietnam y mataron a cinco reyes, y después de morir Josué, los israelíes descendientes de Jacob, que son los Cham actuales que viven en Vietnam ahora, mataron a setenta reyes. Aunque aún así no pudieron echar a los verdaderos aborígene Cham, que son ahora los vietnamitas. Y por eso cuando los franceses fueron a Vietnam no pararon de explotar y usurpar las minas de oro, plata y otros minerales, así como los españoles invadieron y explotaron las tierras de Canarias.

La suerte es que no pudieron explotar todo, y Aroma Profundo sabe por qué y dónde es el lugar donde quedan minas de oro, pero no tiene que decirlo ahora.

Suerte también que Canarias se salvó, por obra de Dios, de la mano sangrienta de Josué, y por eso, aunque los europeos se jactan de que son ricos, en realidad son pobres. Y en las fotos que enseña Aroma Profundo aparecen los lugares destrozados de Santa Cruz de Tenerife, pero son importantes porque por debajo hay minas de oro.

CANAAN - ĐẢO CANARIAS VÀ VIỆT NAM LÀ MIỀN ĐẤT HỨA

Kinh thánh trước hết là một cuốn sách lịch sử, được viết bằng ngôn ngữ ngụ ngôn, kinh thánh viết rằng Ca-na-an là vùng đất đầy mật ong và sữa, mà cả Môi-se và Giô-suê đều không thể vào được. Mặc dầu vậy Giô-suê đã đi vào phía tây và phía đông sông Gio-đan, nhưng đó chính xác là Canarias và Việt nam. Canarias nằm ở phía Tây và Việt nam nằm ở hướng Đông.

Canaan trước đây rất lớn. Lót, cháu của Áp-ra-ham, đến miền đông Việt Nam và sống ở đó, trong khi Áp-ra-ham ở lại quần đảo Canarias.

Giô-suê cùng dòng dõi Gia-cóp và người Ai-cập vào Việt Nam giết năm vua, sau khi Giô-suê chết thì dân Y-sơ-ra-ên thuộc dòng dõi Gia-cóp là người Chăm hiện nay sống ở Việt Nam, đã giết bảy mươi vua. Dù vậy, họ không thể đánh đuổi những thổ dân Chăm thực thụ, vốn là người Việt Nam hiện nay. Và đó là lý do tại sao người Pháp khi sang Việt Nam đã không ngừng thăm dò, chiếm đoạt các mỏ vàng bạc, khoáng sản. cũng như người Tây Ban Nha đã xâm chiếm và khai thác đất Canarias.

May mắn thay, họ đã không thể khám phá tất cả chúng và Thúy Hương biết tại sao và ở đâu mỏ vàng vẫn còn, nhưng Thúy Hương không cần phải nói điều đó bây giờ.

Và điều may mắn là quần đảo Canary được cứu bởi công trình của Chúa trong bàn tay đẫm máu của Josué, và vì thế, người châu Âu tuy khoe khoang rằng họ giàu có, nhưng thực tế họ lại nghèo. Và những bức ảnh mà Thúy Hương dẫn chứng có vẻ giống như những nơi bị phá hủy của Santa Cruz de Tenerife, nhưng chúng rất quan trọng, vì nó có các mỏ vàng bên dưới.

LA PRIMERA ALIANZA DE DIOS CON NOÉ

Génesis 9. 1 - 4:

"Bendijo Dios a Noé y a sus hijos diciéndoles: Procread y multiplicaos y llenad la tierra; 2 que os teman y de vosotros se espanten todas las fieras de la tierra, y todos los ganados, y todas las aves del cielo; 3 todo cuanto sobre la tierra se arrastra y todos los peces del mar los pongo de comida y asimismo os entrego toda verdura. 4 Solamente os abstendréis de comer carne con su alma, es decir con su sangre.

Génesis 12:

"Y añadió Dios: Ved aquí la señal del pacto que establezco entre mí y vosotros, por generaciones sempiternas."

Génesis 13:

"Pongo mi arco en las nubes como señal de mi pacto con la tierra."

Resumen:

Por eso podéis comer todos los animales, excepto los que tienen sangre. Por ejemplo, sólo podéis comer almejas, caracoles, calamares, pulpos, peces pequeños que no tengan sangre, cangrejos, huevos...

GIAO ƯỚC ĐẦU TIÊN CỦA ĐỨC CHÚA TRỜI VỚI NÔ Ê

Sáng thế ký 9. 1 - 4:

"Đức Chúa Trời ban phước cho Nô-ê và các con trai của ông, phán rằng: Hãy sinh sôi nảy nở, làm cho đầy dẫy đất; 2 rằng muôn thú dưới đất, mọi gia súc và chim trời đều phải kính sợ anh em và các ngươi; mọi thứ trên trái đất. Loài bò sát và tất cả cá dưới biển, ta cho chúng làm thức ăn, và ta cũng cho ngươi tất cả rau. 4. Ngươi sẽ chỉ không ăn thịt với linh hồn của nó, tức là máu của nó. "

Sáng thế ký 12:

"Và Đức Chúa Trời nói thêm:" Hãy xem đây là dấu hiệu của giao ước mà ta thiết lập giữa ta và ngươi, cho các thế hệ đời đời. "

Sáng thế ký 13:

"Ta đặt cây cung của mình trên mây như một dấu hiệu của hiệp ước của ta với trái đất."

Tóm lược:

1) Và vì thế, bạn có thể ăn mọi thức ăn, mọi động vật, trừ những loài có máu. Ví dụ, bạn chỉ được ăn: ngao, ốc, mực, bạch tuộc, các loại cá nhỏ không có máu, cua, trứng ...

EL TREN

En las anteriores escrituras, Aroma Profundo escribió que Moisés no pudo
entrar en la tierra prometida, y sólo Josué pudo entrar. Entró Josué con su
ejército a Vietnam y mataron 5 reyes, y dentro estaba un rey de Jerusalén, y
sus hijos mataron 70 reyes. Canarias y Vietnam eran tierra de una gran y
brillante civilización. Su primitiva arquitectura no sólo es de piedra negra,
sino de metales, madera con las carreras de perfume, y oro. Incluso ya
había vía de ferrocarril de tren.

Y los franceses son unos mentirosos y ladrones de cultura. Dijeron que
ellos son autores del ferrocarril en Vietnam, y no lo es.

Aquí está la nota de la Biblia, en la que describe que en la tierra prometida
ya lo había:

Josué 17. 12- 13:
"Los hijos de Mansés no pudieron expulsar a los habitantes de estas
ciudades; y continuó el cananeo habitando en aquella tierra; 13 sometieron
a los cananeos a tributo, pero no los expulsaron."
Josué 17. 15 – 16; 18:
"15 Josué les dijo: "Puesto que eres un pueblo numeroso, sube al monte y
rotura una parte en la tierra de los fereceos y los refaím, ya que la montaña
de Efraím te viene demasiado estrecha". 16 Los hijos de Josué dijeron: "la
montaña no nos basta, y todos los canaeos que habitan en el valle disponen
de carros de hierro, lo mismo que los de Betsán y las ciudades de su
dependencia, y los que habitan en el valle de Jezrael"
18 Dijo Josué: pero la montaña será tuya, tú roturarás el bosque y sus
términos te pertenecerán; expulsarás a los cananeos, por carros de hierro
que tengan y por fuerte que sean."

TÀU LỬA

Trong bài viết trước, Thúy Hương đã viết rằng Môi-se không thể vào đất hứa, và chỉ có Giô-suê đã vào Việt Nam cùng với quân đội của mình, và Giô-suê đã giết 5 vị vua trong đó có một vị vua của Giê-ru-sa-lem. và các con trai của ông đã giết 70 vị vua từ Việt Nam đến quần đảo Canarias.

Quần đảo Canarias và Việt Nam là một vùng đất của một nền văn minh vĩ đại và rực rỡ, kiến trúc sơ khai của nó không chỉ bằng đá đen, mà bằng kim loại, gỗ có nước hoa, vàng và thậm chí có cả đường ray xe lửa ở đó.

Và người Pháp là những kẻ dối trá và ăn cắp văn hóa. Họ nói rằng họ là tác giả của đường sắt ở Việt Nam và không phải vậy.

Ở đây, Thúy Hương trích dẫn ghi chú từ kinh thánh, trong đó mô tả rằng miền đất hứa đã có nó:

Giô-suê 17. 12-13:

"Các con trai của Mansés không thể trục xuất cư dân của những thành phố này; và người Ca-na-an tiếp tục cư ngụ trong vùng đất đó; 13 Họ bắt dân Ca-na-an phải cống nạp, nhưng không xua đuổi họ. "

Giô-suê 17. 15 - 16; 18:

"15 Giô-suê nói với họ:" Vì các ngươi là dân đông, nên hãy lên núi và chia cắt một phần trong xứ của Kẻ Hối Hưu và Kẻ Sám Hối, vì núi Ép-ra-im quá hẹp đối với các ngươi. " 16 Các con trai của Giô-suê nói: "Những ngọn núi không đủ cho chúng tôi, và tất cả những người Ca-na-an sống trong thung lũng đều có xe ngựa bằng sắt, cũng như những người ở Bê-tên và các thành phụ thuộc vào nó, và những người sống trong thung lũng Jezrael "

18 Giô-suê nói: nhưng núi sẽ là của ngươi, ngươi sẽ phá rừng và ranh giới của nó sẽ thuộc về ngươi; ngươi sẽ trục xuất người Ca-na-an, bằng những cỗ xe sắt mà họ có và dù mạnh đến đâu "

LA TUMBA DEL REY JUAN BAUTISTA

Hoy Aroma Profundo ha pintado la tumba de su padre en la anterior vida, situada al final de la calle San Juan Bautista; mirando hacia delante está la casa de su padre, es el museo militar, que está usurpado por el falso rey español Felipe, y está situada al final de la rambla General Franco, frente al colegio de arquitectos, donde Aroma Profundo expuso sus cuadros en el año 2009. Mi padre, rey de la gran nación de Israel antiguo, rey de los canarios. Rey Juan Bautista, hermano de Jesús.

NGÔI MỘ CỦA VUA GIO AN TẨY GIẢ

Hôm nay Thúy Hương đã vẽ lại ngôi mộ của cha mình ở kiếp trước, nằm ở cuối đường San Juan Bautista. Nhìn về phía trước là nhà của cha Thúy Hương, đó là bảo tàng quân sự, bị vua Tây Ban Nha Felipe giả mạo chiếm đoạt, và nó nằm ở cuối đường General Franco, phía trước trường cao đẳng kiến trúc, nơi Thúy Hương đã trưng bày các bức tranh của mình trong năm 2009. Cha tôi, vua của dân tộc Israel cổ đại, vua của dân Canarias. Vua Gio an Tẩy giả, anh trai của Chúa Giê su.

La tumba de rey Juan Bautista - Ngôi mộ của vua Gio an Tẩy giả .

EL TAMBOR DE BRONCE NGOC LU

El libro de Binh Nguyen Loc menciona el tambor de bronce Ngoc Lu. Los franceses creían que la existencia del tambor Ngoc Lu bajo tierra era causada por la lluvia y la tormenta que habían amainado durante mucho tiempo. Aroma Profundo también lo creía. Pero ahora, después de todos los misterios que sucedieron, con el descubrimiento de Santa Cruz, la antigua ciudad de Jerusalén, sabemos que fue enterrada al pie de edificios construidos por españoles y extranjeros. Aroma Profundo confirmó que el tambor de bronce Ngoc Lu no fue enterrado por una tormenta sino, como sucede en Canarias, hay una ciudad subterránea debajo de la ciudad visible en Vietnam.

Los invasores extranjeros construyeron una ciudad sobre la ciudad de los castillos de Dios, de ladrillo rojo y piedra negra.

TRỐNG ĐỒNG NGỌC LŨ

Sách Bình Nguyên Lộc có nhắc đến trống đồng Ngọc Lũ, người
Pháp cho rằng sự tồn tại của trống đồng Ngọc Lũ dưới lòng đất là do
mưa bão lâu ngày làm lún xuống, lúc đó Thúy Hương cũng tin như
vậy.
Nhưng bây giờ, sau những điều huyền nhiệm đã xảy ra, cùng với sự
khám phá ra Santa Cruz là thành phố Giê ru sa lem cổ đại đã bị vùi
lấp dưới đáy của những tòa nhà do người Tây Ban Nha và ngoại
bang xây dựng lên, Thúy Hương khẳng định rằng trống đồng Ngọc
Lũ không phải bị vùi lấp do gió bão mà giống như Canarias, ở Việt
nam cũng có một thành phố ngầm nằm dưới thành phố hiện thấy.
Người Trung quốc và tụi giặc ngoại xâm đã xây dựng một thành phố
lên trên thành phố của những lâu đài đá đen gạch đỏ của Chúa.

EL AUTOR DE LA SIETE MARAVILLAS

Los autores de las siete maravillas son los vietnamitas, los canarios y los
americanos aborígenes de la gran nación de la Israel antigua. Después de
matar a los cinco reyes, Josué obligó a los judíos aborígenes a ser cautivos.
Y ellos, los cautivos, el pueblo de Dios, son los que hicieron las siete
maravillas.

TÁC GIẢ CỦA BẢY KỲ QUAN THẾ GIỚI

Họ là người Việt Nam, người Canaries và thổ dân châu Mỹ của quốc gia cổ
đại Do Thái cổ đại . Khi Giô-suê giết năm vị vua, rồi bắt thổ dân Do Thái
làm tù binh và hầu hết họ là cận thần, và những người bị bắt là họ, dân
Chúa, họ là những người đã làm nên bảy kỳ quan.

TERRITORIO DE DIOS

Los chinos agredieron a la tierra vietnamita durante años porque dijeron que las islas "Hoàng sa, Truong Sa" son suyas.

Los egipcios también dijeron, de manera jactanciosa y vergonzosa, que el río Nilo es suyo.

La Biblia dice que los judíos aborígenes son vietnamitas, camarios y americanos y con son los autores de la torre de Babel. Ellos son ciudadanos de Dios.

La Unesco también decía que las siete maravillas son de ellos y muchas más cosas.

Lo jactancioso es insoportable por ni los chinos son dueños de "Hoàng sa - Trruong sa" ni los egipcios los son del río Nilo.

"En el principio creó Dios el cielo y la tierra ..." (Génesis 1. 1 -34)

Dios es el autor del mundo entero

LÃNH THỔ CỦA THIÊN CHÚA

Người Trung Quốc tấn công đất đai Việt Nam bao năm vì cho rằng quần đảo "Hoàng sa, Trường sa" là của họ.

Người Ai Cập cũng nói rằng sông Nile là của họ một cách khoe khoang và đáng xấu hổ.

Kinh thánh viết rằng thổ dân Do Thái là người Việt Nam, người Canaan và người Mỹ là tác giả của tháp Babel. Họ là dân của Chúa.

Unesco cũng nói rằng bảy kỳ quan là của họ và nhiều hơn nữa.

Sự khoe khoang của họ là không thể chịu đựng được vì họ không phải là tác giả của tác phẩm đảo Hoàng sa - Trường sa, cũng không phải sông Nin.

"Ban đầu, Đức Chúa Trời tạo ra trời và đất ..."

"Sách Sáng thế 1.1 - 34"

Thiên Chúa là tác giả của cả một thế giới.

LA EDAD DE LA PRIMITIVA ÉPOCA DE JERUSALÉN

La edad de Jerusalén desde la época de Adán hasta Noé:

De Adán, con 137 años, nació Set y vivió otros 800 años. Total 930 años

De Set, con 150 años, nació Enós y vivió otros 807 años. Total 912 años

De Enós, con 90 años, nació Cainán y vivió otros 815 años. Total 905 años

De Cainán, con 70 años, nació Mahaleet y vivió otros 840 años. Total 910 años

De Mahaleet, con 75 años, nació Jared y vivió otros 830 años. Total 905 años

De Jared, con 172 años, nació Enoc y vivió otros 800 años. Total 972 años.

De Enoc, con 75 años, nació Matusalén y vivió otros 300 años. Total 365 años

De Matusalén, con 187 años, nació Laméc y vivió otros 782 años. Total 969 años

De Laméc, con 182 años, nació Noé y vivió otros 595 años. Total 677 años

De Noé, con 500 años, nació Sem, Cam y Jafe y vivió otros 450 años. Total 950 años (Génesis 9. 29)

La edad de Jerusalén desde la época de Noé a Abraham:

Sem con 100 años engendró a Arfaxad y vivió 500 años más. Total 600 años

Arfaxad con 35 años engendró a Sale y vivió 300 años más. Total 335 años

Sale con 30 años engendró a Herber y vivió 430 años más. Total 460 años

Herber con 34 años engendró a Paleg y vivió 430 años más. Total 464 años

Paleg con 30 años engendró a Reu y vivió 290 años más. Total 320 años

Reu con 32 años engendró a Sarug y vivió 207 años más. Total 239 años

Sarug con 30 años engendró a Najor y vivió 200 años más. Total 230 años.

Najor con 29 años engendró a Teraj y vivió 119 años más. Total 148 años

Teraj vivió 205 años (Génesis 11. 32)

Abraham vivió 175 años (Génesis 25. 7)

La suma total: 11.671 años.

TUỔI CỦA THỜI ĐẠI SƠ KHAI CỦA GIÊ RU SA LEM

Tuổi của Giê-ru-sa-lem từ thời A-đam đến Nô-ê:

Adam 130 năm sinh ra Set và sống hơn 800 năm. Tổng cộng 930 năm

Set 150 năm sinh ra Enós và sống hơn 807 năm. Tổng 912 năm

Enós trong 90 năm sinh ra Cainan và sống hơn 815 năm. Tổng 905 năm

Cainan 70 năm sinh ra Mahaleet và sống thêm 840 năm. Tổng cộng 910 năm

Mahaleet 75 sinh ra Jared và sống hơn 830 năm. Tổng 905 năm

Jared 172 năm sinh ra Enoch và sống hơn 800 năm. Tổng 972 năm

Hê-nóc 75 tuổi sinh ra Methuselah và sống hơn 300 năm. Tổng 365 năm

Methuselah 187 năm sinh ra Lamec và sống hơn 782 năm. Tổng 969 năm

Laméc 182 năm Noah sinh ra và sống hơn 595 năm. Tổng cộng 677 năm.

Noah 500 sinh ra Shem, Ham, Japhe và sống thêm 450 năm nữa. Tổng cộng 950 năm "Genesis 9. 29"

Thời đại của Giê-ru-sa-lem từ thời Nô-ê đến Abraham:

Shem 100 năm sinh ra Arfaxad và sống hơn 500 năm. Tổng cộng 600 năm

Arfaxad 35 năm sinh ra Sale và sống thêm 300 năm nữa. Tổng cộng 335 năm

Sale được 30 năm, ông sinh ra Heber và sống thêm 430 năm nữa. Tổng cộng 460 năm

Heber 34 năm sinh ra Paleg và sống thêm 430 năm. Tổng cộng 464 năm

Paleg 30 năm sinh ra Reu và sống hơn 290 năm. Tổng cộng 320 năm

Reu 32 tuổi sinh ra Sarug và sống thêm 207 năm. Tổng cộng 239 năm

Sarug 30 năm sinh ra Najor và sống thêm 200 năm nữa. Tổng cộng 230 năm

Najor 29 năm sinh ra Teraj và sống thêm 119 năm. Tổng cộng 148 năm

Teraj đã 205 tuổi "Genesis 11. 32"

Abraham 175 tuổi "Sáng thế ký 25. 7"

Tổng cộng: 11.671 năm

LAS COSAS FALSAS DE LA IGLESIA

1. La Iglesia dijo que Jesús es hijo de un carpintero, pero Jesús es un rey de la gran nación de Israel y sus bienes no pertenecieron a la Iglesia.

2. La Iglesia dijo que Jesús es hijo del rey David, y no lo es. San Lucas 20. 41-44: "Entonces Él les dijo: ¿Cómo dicen que el Mesías es hijo de David? 42 Pues el mismo David dice en el Libro de los Salmos: Dijo el Señor a mi Señor: Siéntate a mi diestra 42 hasta que ponga a mis enemigos como escabel de tus pies". Si David lo llama señor, ¿cómo va a ser hijo suyo?

3. Jesús no tuvo sólo 12 discípulos como dijo la Iglesia. El Libro de San Lucas habla de 72. San Lucas 10. 1: "Después de esto designó Jesús a otros 72 delante de sí, a los que envió por toda la ciudad al lugar adonde él había de venir".

4. La Iglesia dijo que Jesús vino para traer la paz completa, y eso no es verdad. Dijo Jesús, en el Libro de Juan 9. 39: "Yo he venido al mundo para un juicio, para que los que no ven vean, y los que ven se vuelvan ciegos". También dijo, en el Libro de Lucas 11. 50-51: "Para que sea pedida cuenta a esta generación de la sangre de todos los profetas, derramada desde el principio del mundo, 51 desde la sangre de Ábel hasta la sangre de Zacarías, asesinado entre el altar y el santuario. Sí, os digo que se le pedirá cuenta a esta generación".

5. El nombre adoptivo de la madre de Jesús no es María, sino María Magdalena. Libro de San Juan 19. 25-27: "Estaban junto a la cruz de Jesús su madre y la hermana de su madre María de Cleofás, y María Magdalena. 26 Jesús, viendo a su madre y a su discípulo a quien amaba, que también estaba allí, dijo a su madre: Mujer, he aquí a tu hijo. 27 Luego dijo al discípulo: He aquí a tu madre.Y desde aquella hora el discípulo la recibió en su casa". Y Magdalena fue también la primera persona que vio a Jesús en la tumba. El nombre verdadero de la madre de Jesús es el de la reina Vasti.

6. Dijo la Iglesia que Jesús fue sepultado en una roca, pero no es cierto. Libro de San Juan 19. 38-42: "Después de esto José de Arimatea, que era discípulo de Jesús aunque en secreto, por temor de los judíos, rogó a Pilato para recoger el cuerpo de Jesús. Vino pues y tomó su cuerpo. 39 Llegó también Nicodemo, el mismo que había ido a Él de noche al principio, y trajo una mezcla de mirra y aloe, como unas cien libras. 40 Tomaron pues el cuerpo de Jesús y lo fajaron con bandas y aromas, según

es costumbre sepultar entre los judíos. 41 Había cerca del sitio donde fue crucificado un huerto y en el huerto un sepulcro nuevo, en el cual nadie aún había sido depositado. 42 Allí, a causa de la Parasceve de los judíos, por estar cerca el monumento, pusieron a Jesús".

7. Jerusalén no está en Israel actual, sino que está en España, Canarias, Santa Cruz de Tenerife. Libro Romanos, epílogo 24-25: "Espero veros al pasar cuando vaya a España y ser allá encaminado por vosotros después de haberme llenado primero con un poco de vosotros. 25 Mas ahora parto para Jerusalén en servicio de los santos".

8. La Iglesia dijo que San Juan Bautista bautizó a Jesús, pero Jesús dijo: "No es Juan ni tampoco yo, sino la más pequeña la que me bautiza". Es Aroma Profundo quien reencarnó para ser abogada de Jesús y de su pueblo. Y Juan Bautista es el hermano de Jesús.

9. "Yo, Jesús, enviaré a un ángel para testificaros estas cosas sobre las iglesias".

Apocalipsis.

NHỮNG ĐIỀU GIẢ DỐI CỦA NHÀ THỜ

1. Nhà thờ nói rằng Chúa Giê-su là con trai của một người thợ mộc, nhưng Chúa Giê-su là vua của nước lớn Israel, tài sản của Chúa không thuộc về nhà thờ.

2. Hội thánh nói rằng Chúa Giê-su là con trai của Vua Đa-vít và Chúa Giê su đã nói rằng là không phải. San Luca 20. 41 - 44: "Sau đó, Người nói với họ: Làm sao các ngươi nói rằng Đấng Mê-si là con vua Đa-vít? 42 Vì chính Đa-vít đã nói trong sách Salmon: "Chúa phán cùng Chúa tôi: Hãy ngồi bên hữu ta 43 cho đến khi ta làm cho kẻ thù nghịch ngươi làm bệ chân ngươi" 44 Vì nếu Đa-vít gọi Ngài là Chúa, thì sao đấng Ki tô lại là con của ông ta? "

3. Chúa Giê-su không chỉ có 12 môn đồ như nhà thờ đã nói, trong sách San Luca, có một nhóm môn đồ gồm 72 người: San Luca 10. 1 - "Sau đó, Chúa Giê-su chỉ định bảy mươi hai người khác trước mặt ngài, để mọi thành phố và nơi mà Ngài sẽ đến "

4. Hội thánh nói rằng Chúa Giê-su đến để mang lại hòa bình, điều đó không đúng. Chúa phán trong sách Gio an 9. 39: "Chúa Giê-su phán: Ta đã đến thế gian để phán xét, hầu cho kẻ không thấy thì thấy, kẻ thấy thì mù. Chúa cũng nói trong sách Luca 11. 50 - 51: "để thế hệ này có thể phải chịu trách nhiệm về máu của tất cả các nhà tiên tri đã đổ ra kể từ ngày đầu thế giới, 51 từ máu của A-ben đến máu của Zacaría, bị sát hại giữa bàn thờ và cung thánh; vâng, tôi nói với bạn rằng thế hệ này sẽ phải chịu trách nhiệm. "

5. Tên nuôi của mẹ Chúa Giê-su không phải là Maria, mà là Maria Magdalena, sách sách Gio an 19. 25 - 27: "Mẹ của ông và em gái của mẹ ông, Maria of Cleopas và Maria Magdalena, đứng bên thập giá của Jesus. 26. Đức Chúa Giê-su, khi thấy mẹ và môn đồ Ngài yêu mến, đang ở đó, bèn nói với bà mẹ rằng: Hỡi người phụ nữ, con trai bà đây. 27 Người nói với môn đệ rằng: Mẹ tôi đây, và từ giờ đó, môn đệ đón bà vào nhà mình. Và Mađalêna cũng là người đầu tiên Chúa Giêsu nhìn thấy trong ngôi mộ. Tên thật của mẹ Chúa Giê-su là Nữ hoàng Vasti.

6. Hội thánh nói rằng Chúa Giê-su được chôn trong đá, nhưng điều đó không đúng, sách sách Gio an 19. 38 - 42: "Sau đó, ông cầu xin với Philatô Joseph ở Arimathea, người là môn đồ của Chúa Giêsu. Mặc dù bí mật vì sợ hãi người Do Thái, họ đã cho phép anh ta. Vì vậy, ông đến và lấy xác Chúa, 39 Nicôđêmô đã đến, cũng là người đã

đến với ông vào ban đêm lúc ban đầu, và mang theo hỗn hợp nhũ hương và lô hội, khoảng một trăm cân Anh, 40 Vì vậy, họ đã lấy xác của Chúa Giê su và Họ đeo băng và hương thơm, cũng như phong tục chôn cất giữa những người Do Thái. 41 Có một khu vườn gần nơi Người bị đóng đinh, và trong vườn có một ngôi mộ mới, chưa có ai cất giữ, 42 Ở đó, vì có Parasceve của người Do Thái, gần tượng đài, họ đặt Chúa Giêsu. . "

7. Giê ru sa lem không thuộc Israel ngày nay, mà ở Tây Ban Nha, quần đảo Canarias, Santa Cruz de Tenerife, Sách Rô ma, Phần kết 24 - 25: " Khi nào tôi sang Tây Ban Nha. Tôi hy vọng trên đường đi sẽ ghé thăm anh em, và được anh em tiễn đưa qua đó, su khi đã được thỏa mãn phần nào vì đã gặp anh em. 25 Nhưng bây giờ tôi còn phải đi Giê ru s lem để phục vụ dân thánh ở đó"

8. Nhà thờ nói rằng Gio An Tẩy Giả đến để rửa chân cho Chúa Giê su, nhưng Người lại nói "không phải Gio an cũng không phải là tôi, mà là người nhỏ nhất, người đã rửa tội cho tôi" Đó là Thúy Hương, người đã tái sinh để làm người bênh vực cho Chúa Giê su. Và Gio an tẩy giả chính là anh trai của chúa Giê su.

9. "Ta là Giê su, Ta sai thiên thần của ta đến với các ngươi để làm chứng về   các điều trên đây, liên quan đến các Hội Thánh."

Sách Khải huyền.

EL GOZO

Como los cálices de rocío de aurora
La alegría viene a mí
Irrumpe en mí
Echa para mí la copa del oro embriagado
De fermento borracho

NIỀM VUI

Như những đóa sương mai
Niềm vui đến trong ta
ùa vào lòng ta
Rót cho ta ly rượu vàng nồng
Men say.

Dos testigos - Hai nhân chứng.

Luz brillante resplandeciente como diamante

en los sueños
La luna es tan fría esta noche
El reflejo de luna redonda traviesa el lago sueño - perla de jade
Flores brotan en el borde de la montaña
Y el sol en los picos de la montaña se convierte en la primavera

EPÍLOGO

Este libro, "El río fantasioso", es documento testimonio de Aroma
Profundo. Aroma Profundo ha visto los sueños proféticos, en los que ha
sabido su vida anterior tras ver los mensajes de Dios. En otra vida, Aroma
Profundo era hija del rey Bautista, rey de la gran nación de Israel, rey de
los canarios, hijo de Dios, hermano del heredero de Jesucristo.
Supo que murió degollada, siendo un bebé hace dos mil años, por los
españoles y la tiraron al barranco de Santos, Santa Cruz de Tenerife.
Aroma Profundo reencarnó en Vietnam en una casa que tiene un pozo con
el número 54, en el día 23 de Agosto, año del Gallo, mes del León. Su
nombre y su nacimiento están escritos en la Biblia, Libro de Job.
Aroma Profundo también descubrió que Santa Cruz de Tenerife es la
antigua Jerusalén, una ciudad de castillos subterráneos de piedra negra,
debajo de los rascacielos, y Vietnam, Canarias y EE.UU. tienen la misma
raíz champa; israelíes antiguos.

1. Corintios 12:
"Pues si de Cristo se predica que ha resucitado de los muertos, ¿cómo entre
vosotros dicen algunos que no hay resurrección de los muertos?"

Ánh sáng chói lòa như pha lê

trong những giấc mơ
Trăng lạnh qúa đêm nay
Ánh trăng vành vạnh xuyên qua dòng suối mơ ngọc thạch
Hoa nở ven sườn núi
Và mặt trời trên những đỉnh núi hóa mùa xuân

ĐOẠN KẾT

Cuốn sách này, "dòng sông hoang tưởng" là một minh chứng của Thúy Hương. Thúy Hương đã mơ thấy những giấc mơ tiên tri, mà qua đó Thúy Hương đã được biết về kiếp trước của mình qua những thông điệp của Chúa. Trong một kiếp sống khác, Thúy Hương là con gái của vua Gio an, vua của quốc gia vĩ đại Do thái, vua của Canarias, con trai của Đức Chúa Trời, anh trai của người thừa kế Chúa Giê-su Ki tô.

Thúy Hương biết được rằng Thúy Hương đã bị chặt đầu khi còn là một đứa trẻ cách đây 2000 năm bởi người Tây Ban Nha và họ đã ném Thúy Hương xuống Barranco de los Santos, Santa Cruz de Tenerife.

Thúy Hương tái sinh tại Việt Nam trong một ngôi nhà có giếng số 54, vào ngày 23 tháng 8 năm 1969, năm Kỷ Dậu, tháng sư tử. Tên và ngày sinh của Thúy Hương được viết trong Kinh thánh, sách Gióp.

Thúy Hương cũng khám phá ra rằng Santa Cruz de Tenerife là Giê ru sa lem cổ đại, có một thành phố của những lâu đài đá đen ngầm nằm dưới những tòa nhà chọc trời, và Việt nam, Canarias, Mỹ là có chung một nguồn gốc Champa - Do Thái cổ đại.

1. Cô-rinh-tô 12:

"Vì nếu người ta rao giảng về Đấng Ki tô. rằng Ngài đã sống lại từ kẻ chết, thì làm sao trong các ngươi lại nói rằng không có sự sống lại từ kẻ chết?"

POSDATA

CUANDO LA INFANCIA PASA

La memoria contiene recuerdos del subconsciente, hay un momento en que la sublimación de la creatividad lleva a las personas de regreso a un pasado lejano y pueden sentir los sucesos de vidas pasadas con un tiempo límite de dos mil años, o más. Volver a la infancia es atravesar un umbral espacial de un mundo metafísico. Esta comprensión es algo que los científicos no pueden comprender y lo llaman enfermedad mental delirante.

EL ANTERIOR BOSQUE DE FLOR SIGUE INMENSAMENTE

Un día me extravié en la anterior vida

En un sueño de otoño

Vi los castillos y las murallas

La visión de un tiempo de resurrección.

Desde tanta Era remota

El crepúsculo está bajando en el sueño derramado

El rocío cae - cae en los cálices amarillos de flor

Penetrante el aroma e intenso hacia lo lejos

El día de la primavera

La noche del invierno

¿Los años y los meses retornarán

a visitar a los ancestros en una estación del atardecer?

TÁI BÚT

KHI TUỔI THƠ ĐI QUA

Kí ức chứa đựng những kỉ niệm của tiềm thức, có một lúc nào đó sự thăng hoa trong sáng tạo sẽ đưa người ta trở về với một qúa khứ xa xôi và có thể cảm nhận được những diễn biến xảy ra trong tiền kiếp với một thời hạn là 2000 năm hoặc xa xôi hơn nữa. Trở về với thời thơ ấu là bước qua một ngưỡng cửa không gian của một thế giới siêu hình. Sự nhận biết này là điều mà các nhà khoa học không thể nào hiểu được và họ gọi đó là một căn bịnh tâm thần ảo tưởng.

RỪNG HOA XƯA VẪN BẠT NGÀN

Có một ngày ta đã lạc vào tiền kiếp
Trong một giấc mơ ngàn thu
Ta thấy những lâu đài thành quách
Ảo mộng của một mùa phục hưng
Từ bao niên kỷ xa vời
Hoàng hôn đổ xuống mộng tràn
Sương rơi rơi trên những đóa vàng
ngạt ngào tỏa ngát bay xa
Ngày của mùa xuân
Đêm của mùa đông
Tháng năm có còn quay trở lại?
Để viếng người xưa một cõi chiều.

La ciudad de Dios - Thành phố của Chúa.